കോയാടന്റെ കഥ

കാവുമ്പായി–തില്ലങ്കേരി സമരനായകന്റെ ജീവിതം

koyadante kadha
kavumbai-thillangari samaranayakante jeevitham

•

m anil kumar

•

first edition
april 2013

•

typesetting and published
chintha publishers, thiruvananthapuram

•

printed
akshara offset, thiruvananthapuram

•

cover
vinod

വിതരണം

ദേശാഭിമാനി ബുക്ക് ഹൗസ്

H O തിരുവനന്തപുരം–695 035
www.chinthapublishers.com
chinthapublishers@gmail.com

ബ്രാഞ്ചുകൾ

ഹെഡ്ഡാഫീസ് ബ്രാഞ്ച് കുന്നുകുഴി • ഓവർബ്രിഡ്ജ് തിരുവനന്തപുരം • കെ എസ് ആർ ടി സി ബസ് സ്റ്റേഷൻ ആലപ്പുഴ • കെ എസ് ആർ ടി സി ബസ് സ്റ്റേഷൻ എറണാകുളം • മച്ചിങ്ങൽ ലെയ്ൻ തൃശൂർ • ഐ ജി റോഡ് കോഴിക്കോട് • കെ എസ് ആർ ടി സി ബസ് സ്റ്റേഷൻ കോഴിക്കോട് • എൻ ജി ഒ യൂണിയൻ ബിൽഡിങ് കണ്ണൂർ • സെൻട്രൽ ബസ് ടെർമിനൽ കോംപ്ലക്സ് താവക്കര കണ്ണൂർ

CO - 1895 / 3191

കോയാടന്റെ കഥ

കാവുമ്പായി–തില്ലങ്കേരി സമരനായകന്റെ ജീവിതം

എം അനിൽകുമാർ

ചിന്ത പബ്ലിഷേഴ്സ്
തിരുവനന്തപുരം-695 035

എം അനിൽകുമാർ

പടിയൂർ പഞ്ചായത്തിൽ ആലത്തുപറമ്പിൽ 1977 ഡിസംബർ 30 ന് ജനിച്ചു. അച്ചരൻ: എ കുഞ്ഞിക്കണ്ണൻ. അമ്മ: എം മാധവി അമ്മ. ഉളിക്കൽ ഹയർ സെക്കന്ററി സ്കൂൾ, ശ്രീകണ്ഠപുരം എസ് ഇ എസ് കോളേജ് എന്നിവിടങ്ങളിൽ വിദ്യാഭ്യാസം. സി പി ഐ (എം) ശ്രീകണ്ഠപുരം ഏരിയാ കമ്മിറ്റി അംഗവും, ഡി വൈ എഫ് ഐ ജില്ലാ ജോയിന്റ് സെക്രട്ടറിയുമാണ്.

ഭാര്യ	: ധന്യ
മകൾ	: നന്മ
സഹോദരങ്ങൾ	: അജിത, അരുൺ
വിലാസം	: അളോറ വീട് ആലത്തുപറമ്പ് പി ഒ കൊശവൻ വയൽ കണ്ണൂർ ജില്ല
ഫോൺ	: 9847074696

ഉള്ളടക്കം

ചരിത്രം നിർമിച്ചത് ഉന്നത പുരോഹിതനും വെട്ടിത്തിളങ്ങുന്ന സ്വേച്ഛാധിപതിയും യുദ്ധപ്രഭുവും ഹുണ്ടികക്കാരനും വാഗ്മിയുമല്ല. മറിച്ച്, പിന്നാക്കക്കാരും നിരക്ഷരരുമായ സാധാരണ ജനങ്ങളാണെന്ന് പറയുന്നത് പലർക്കും ആക്ഷേപകരമായി തോന്നിയേക്കാം. ഒരു വർഗസമൂഹത്തിലെ ചരിത്രപഠനമെന്നു പറയുന്നത് ഉപരിവർഗവും മറ്റു ജനവിഭാഗങ്ങളും തമ്മിലുള്ള വ്യത്യാസങ്ങളെ അപഗ്രഥിക്കുന്നതായിരിക്കണം. അതിനർഥം നവജാതവർഗം അധികാരത്തിലേക്കുയരുമ്പോൾ എന്തു പുതിയ സംഭാവനയാണ് നൽകുന്നതെന്നും ഏതു ഘട്ടത്തിൽവച്ച് അത് സ്വന്തം താൽപ്പര്യസംരക്ഷണത്തിനായി പിന്തിരിപ്പനായി തീരുന്നുവെന്നുമുള്ള പഠനം ആവശ്യമെന്നാണ്.

ഡി ഡി കൊസാംബി

ഓർമകളുടെ ചൂട്...

മനുഷ്യൻ അപ്പം കൊണ്ടുമാത്രം ജീവിക്കുന്നില്ലെന്നത് പ്രമുഖമായ കാഴ്ചപ്പാടാണ്. അപ്പം കൊണ്ടുമാത്രം ജീവിക്കുന്നുവെന്നത് 'കേവല ഭൗതികത'യാണെന്നും എല്ലാ മാനുഷിക മൂല്യങ്ങളെയും അതു നശിപ്പിച്ചുകളയുന്നുവെന്നും വിശ്വസിക്കുന്നവരുണ്ട്. എന്നാൽ ദൗർഭാഗ്യവശാൽ മനുഷ്യന് അപ്പമോ അതിന് സഹനമായ അന്നമോ കൂടാതെ ജീവിക്കാൻ കഴിയില്ലെന്നും അത് അവന്റെ ആത്മാവിനെ (അങ്ങനെയൊന്നുണ്ടെങ്കിൽ) ശരീരത്തിൽ ഉറപ്പിച്ചു നിലനിർത്താൻ ആവശ്യമാണെന്നും തിരിച്ചറിഞ്ഞ ഒരു ജനതയുടെ കുതറുന്ന കാലത്തിന്റെ സമരഗീതികളാണ് നമ്മുടെ കാർഷിക സമരങ്ങൾ. ഇത്തരം സമരങ്ങൾക്ക് നാടിന്റെ സ്വാതന്ത്ര്യ സമര പ്രസ്ഥാനങ്ങളുമായി നാഭീനാള ബന്ധമുണ്ട്. അല്ലാതെ ആ സമരങ്ങളെ പരമ്പരാഗത രാജാപ്പാർട്ട് ചരിത്രത്തിന്റെ ചതഞ്ഞ പേനയുമായി 'കലാപം' എന്നോ 'ലഹള' എന്നോ വിശേഷിപ്പിച്ച് മതക്കള്ളിയിലും തീവ്രവാദക്കള്ളിയിലും തളച്ചുനിർത്തി സായൂജ്യമടയാൻ അനുവദിക്കില്ലെന്ന് കാവുമ്പായിയുടെയും കരിവെള്ളൂരിന്റെയും മലബാർ കലാപ (മാപ്പിളലഹള)ത്തിന്റെയും ചുടുനിണമണിഞ്ഞ പോരാളികളുടെ ജീവചരിത്രം നമ്മോട് വിളിച്ചു പറയുന്നു.

അസംഖ്യം രക്തസാക്ഷികളുടെയും അവരുടെ പോർനിലപ്പെരുമയുടെയും കണ്ണീരണിഞ്ഞ കുടുംബങ്ങളുടെയും വീറുറ്റ മണ്ണിലൂടെ ഒരു കാലഘട്ടത്തിന്റെ നടവഴികൾ നടന്നുതീർത്ത സ. കോയാടനെക്കുറിച്ച്, അദ്ദേഹത്തിന്റെ ആത്മത്യാഗങ്ങളെക്കുറിച്ച്; അതിലുപരി ഇരിക്കൂർ ഫർക്കയുടെയും കല്യാടിന്റെയും പടിയൂരിന്റെയും നാട്ടുചരിത്രത്തിൽ കമ്യൂണിസ്റ്റ് പോരാളികളുടെ നിസ്വാർഥമായ പങ്കിനെക്കുറിച്ച് അന്വേഷിക്കാനും മനസുനിറയ്ക്കാനുമുള്ള ചെറിയ പരിശ്രമവും താൽപ്പര്യവുമാണ് ഈ പ്രവൃത്തിക്ക് എന്നെ പ്രേരിപ്പിച്ചത്. ഈ രചനാശ്രമം ജീവചരി

ത്രമെന്നോ മറ്റെന്തുപേരിലോ വിളിച്ചാലും അതിനർഹതയുണ്ടായാലും ഇല്ലെങ്കിലും നമ്മുടെ ഗ്രാമീണ ചരിത്രത്തിൽ, മോചനചരിത്രത്തിൽ അർധനഗ്നനായ് ഒറ്റമുണ്ടുടുത്ത; പച്ചമണ്ണിൽ ചവിട്ടിനിന്ന ഒരു മനുഷ്യന്റെ വേദനകളും കണ്ണീരും ആർജവവും വരച്ചുവയ്ക്കാനുള്ള ശ്രമം ഉണ്ടായിട്ടുണ്ട്. എന്നോട് നിറഞ്ഞ സ്നേഹത്തോടെ ഈ പ്രവൃത്തിയിൽ പങ്കുചേർന്ന സാംസ്കാരിക പ്രവർത്തകൻ സ. എം സന്തോഷിനോടുള്ള എന്റെ കടപ്പാടും സ്നേഹവും ഞാൻ മനസിൽ സൂക്ഷിക്കുന്നു.

എം അനിൽകുമാർ

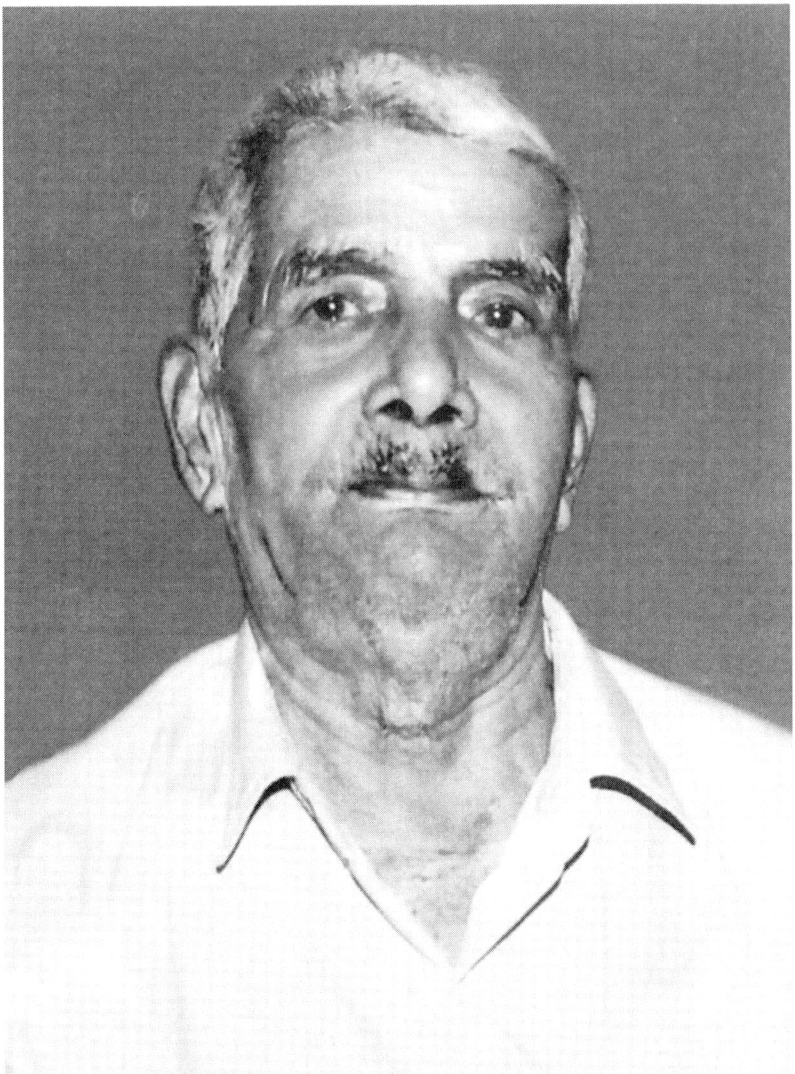

സ. കോയാടൻ നാരായണൻ

ചരിത്രം ഒരു സമരായുധം

അനിൽകുമാർ എ വി

വേട്ടപ്പട്ടികൾ ചരിത്രമെഴുതുംവരെ അത് വേട്ടക്കാരുടേത് മാത്രമായിരിക്കുമെന്ന നികരാഗ്വൻ ചൊല്ല് അധീശവർഗ പ്രത്യയശാസ്ത്രാധിനിവേശത്തിനുനേരെയുള്ള കനത്ത വിമർശനമാണ്. മാർക്സിസ്റ്റ് ചരിത്രരചനയുടെയും കീഴാള പഠനത്തിന്റെയും കുറെയേറെ അപഗ്രഥനങ്ങൾ ഉണ്ടായിട്ടും വരേണ്യബോധത്തിന് അത്രയേറെ പരിക്കേറ്റിട്ടില്ലെന്നതാണ് വാസ്തവം. പണ്ടുപണ്ടൊരു രാജാവ്, സ്വാതന്ത്ര്യം വാങ്ങിത്തന്ന ഗാന്ധിജി, മലബാർ വർഗീയ ലഹള, കർഷകാതിക്രമം തുടങ്ങിയ രൂപീകരണങ്ങൾ ഇപ്പോഴും 'മുഖ്യധാര'യുടെ പ്രിയവിഭവങ്ങളാണ്. കോൺഗ്രസ് ചിഹ്നങ്ങൾ ഏറെയുണ്ടായിട്ടും കയ്യൂർ സമരം ഇക്കൂട്ടർക്ക് സ്വാതന്ത്ര്യസമരമല്ലെന്നുമാത്രമല്ല, അതിക്രമം കൂടിയായിരുന്നു.

പലവിധ ശകാരങ്ങൾക്ക് നടുവിലും പ്രാദേശിക ചരിത്ര (local history)ത്തിന് പ്രാമുഖ്യം നേടാനായിട്ടുണ്ട്. മാർബ്ലോക്ക് യൂറോപ്യൻ ഫ്യൂഡലിസത്തെക്കുറിച്ച് പഠിക്കാൻ ഡയറികളും രാജകീയ തിട്ടൂരങ്ങളും നികുതിരേഖകളും മറ്റുമാണ് കൂടുതലും ആശ്രയിച്ചിരുന്നത്. കേരളത്തിൽ ജനകീയാസൂത്രണ പ്രസ്ഥാനത്തിന്റെ ഭാഗമായി പുറത്തിറക്കിയ വികസനരേഖയുടെ ആദ്യ അധ്യായങ്ങൾ അതത് ഗ്രാമചരിത്രമാണ്. പിന്നെ വായനശാലകളും തൊഴിലാളിപ്രസ്ഥാനങ്ങളും പുറത്തിറക്കുന്ന സുവനീറുകൾ. ഒന്നാംനിര നേതാക്കളുടെ ആത്മകഥകൾക്കും ജീവചരിത്രങ്ങൾക്കുമൊപ്പം പ്രാദേശിക നേതൃരൂപങ്ങളുടെതായും കുറേ രചനകൾ ഉണ്ടായിട്ടുണ്ട്. സി കണ്ണൻ, കെ പി ആർ ഗോപാലൻ, കെ പി ആർ രയരപ്പൻ, എം പി നാരായണൻ നമ്പ്യാർ, പയ്യരട്ട രാമൻ, പി വി അപ്പക്കുട്ടി, ഇ കുഞ്ഞിരാമൻ നമ്പ്യാർ, സുബ്രഹ്മണ്യ ഷേണായി തുടങ്ങിയവരുടെ ജീവിതകഥകളും സമരവ്യഗ്രതയും പുതിയ തലമുറ കൂടുതൽ അറിയുന്നത് അവയിലൂടെയാണ്.

ഇപ്പോൾ ക്ലാസ് മുറികളിലും പാഠപുസ്തക കവറുകളിലും പ്രാബല്യം നേടിയ ചരിത്ര സമീപനം ഏകപക്ഷീയമാണ്. ഇതിന് സമാന്തരമായി മതവർഗീയ ശക്തികൾ അവരുടേതായ വ്യാഖ്യാനങ്ങൾ ചമയ്ക്കുന്നുമുണ്ട്. ചരിത്രത്തിന്റെ തെരഞ്ഞെടുക്കുന്ന മേഖലകൾ കൈയടക്കാനുള്ള (selective appropriation history) കാവിപ്പടയുടെ കൗശലം ഭയാനകമാണ്. ഇതിന് മുസ്ലിം-ക്രിസ്ത്യൻ വകഭേദങ്ങളുമുണ്ടാകുന്നുണ്ട്. കപടയുക്തികളിൽ നിലയുറപ്പിച്ച വർഗീയചിത്രം വൈരുധ്യങ്ങളെ ഭയപ്പെടുന്നേയില്ല.

> ....ചരിത്രാഖ്യാനത്തിൽ അനിവാര്യമായും ഒരു പക്ഷംപിടിക്കൽ ഉണ്ട്. സംഭവങ്ങളുടെ തെരഞ്ഞെടുപ്പിലും വിശ്ലേഷണത്തിലും ഊന്നലിലും ഒക്കെ അതുകാണാം. അമേരിക്ക കണ്ടുപിടിച്ചതിന്റെ കഥ അറവാക്കുകളുടെ കാഴ്ചപ്പാടിലൂടെയും ഭരണഘടനയെ അടിമകളുടെ കാഴ്ചപ്പാടിലൂടെയും ആൻഡ്രു ജാക്സണെ ചെറൂക്കികളുടെ കാഴ്ചപ്പാടിലൂടെയും ആഭ്യന്തരയുദ്ധത്തെ ന്യൂയോർക്കിലെ ഐറിഷുകാരുടെ കാഴ്ചപ്പാടിലൂടെയും മെക്സിക്കൻ യുദ്ധത്തെ സ്കോട്ടിന്റെ സൈന്യത്തിൽനിന്ന് ഒളിച്ചോടിപ്പോയ പട്ടാളക്കാരുടെ കാഴ്ചപ്പാടിലൂടെയും വ്യവസായ യുഗത്തിന്റെ ഉദയത്തെ ലൊവൻ തുണിമില്ലിലെ യുവതികളുടെ കാഴ്ചപ്പാടിലൂടെയും സ്പാനിഷ്-അമേരിക്കൻ യുദ്ധത്തെ ക്യൂബക്കാരുടെ കാഴ്ചപ്പാടിലൂടെയും ഫിലിപ്പീൻസ് കീഴടക്കിയതിനെ നുസോണിലെ കറുത്തവരുടെ കാഴ്ചപ്പാടിലൂടെയും സുവർണകാലത്തെ തെക്കൻ കർഷകരുടെ കാഴ്ചപ്പാടിലൂടെയും ഒന്നാം ലോകയുദ്ധത്തെ സോഷ്യലിസ്റ്റുകളുടെ കാഴ്ചപ്പാടിലൂടെയും രണ്ടാം ലോകയുദ്ധത്തെ സമാധാനവാദികളുടെ കാഴ്ചപ്പാടിലൂടെയും ന്യൂഡീലിനെ ഹാർലെമിലെ കറുത്തവരുടെ കാഴ്ചപ്പാടിലൂടെയും യുദ്ധാനന്തര അമേരിക്കൻ സാമ്രാജ്യത്തെ ലാറ്റിൻ അമേരിക്കൻ കൂലിക്കാരുടെ കാഴ്ചപ്പാടിലൂടെയും കാണാനാണ് ഞാൻ ശ്രമിക്കുന്നത്.

എന്നെഴുതിയത് ഹോവാർഡ് സീൻ. ഒരു കാര്യത്തെ ആട്ടിൻകുട്ടിയുടെയും ചെന്നായയുടെയും കാഴ്ചപ്പാടിലൂടെ വിശദീകരിക്കാമെന്നർഥം.

എം അനിൽകുമാർ എഴുതിയ *കോയാടന്റെ കഥ*യിലൂടെ കടന്നുപോയപ്പോളുണ്ടായ ചില ഓർമകളാണ് മുകളിൽ കൊടുത്തിരിക്കുന്നത്. സ്വാതന്ത്ര്യത്തിന്റെ ബലിക്കല്ലിൽ സ്വന്തം ചോര ചീന്തി കാലത്തിനു മുന്നേ നടന്നവരിൽ പ്രധാനിയാണ് കോയാടൻ. സേലം ജയിലിലെ കൂട്ടക്കുരുതിയിൽ രക്തസാക്ഷികളായവരും തലനാരിഴയ്ക്ക് രക്ഷപ്പെട്ടവരുമായ പോരാളികളെക്കുറിച്ചുള്ള വികാരതീവ്രമായ വിവരണങ്ങളിൽനിന്നാണ് ഈ ലഘുകൃതി തുടങ്ങുന്നത്. രക്തയോട്ടമുള്ള, അനുഭവിപ്പിക്കുന്ന ഭാഷയിലാണ് ആ ഭാഗം പൂർത്തിയാക്കിയിട്ടുള്ളതും.

ജന്മിത്വവും സാമ്രാജ്യത്വവും അവരുടെ തിട്ടൂരങ്ങളും ഗ്രാമ ഹൃദയ

ങ്ങളെ നിശ്ചലമാക്കിക്കൊണ്ട് മുന്നേറിയതിന്റെ ചരിത്രമാണ് പിന്നീട്. അക്രമപ്പിരിവുകളായും ആചാരാനുഷ്ഠാനങ്ങളായും പൊലീസ് മർദനങ്ങളായും കുടിയൊഴിപ്പിക്കലായും വിടർന്നുനിന്ന അധികാര സംയുക്തത്തെ കർഷകസംഘം നേതൃത്വത്തിൽ പച്ചമനുഷ്യർ ചോദ്യം ചെയ്തതിന്റെ കഥകളും അനീതികൾ ഇതിവൃത്തമാക്കി രചിക്കപ്പെട്ട പാട്ടുകളും കവിതകളും വിദ്യുദ്പ്രവാഹമാർന്ന സ്വാധീനങ്ങളാണുണ്ടാക്കിയത്.

അന്നത്തെ പോരാളികളുടെ ഓർമകൾ അക്കാലത്തെ സാമൂഹ്യചരിത്രം തന്നെയാണ് തുറന്നു പിടിക്കുന്നത്. ഊരത്തൂരിൽ ജന്മിയുടെ പ്ലാവിൻ തോട്ടത്തിലെ കുരുമുളക് മോഷ്ടിച്ചുവെന്നാരോപിച്ച് മാണിക്കോത്ത് കുട്ട്യപ്പയെയും ചമ്മഞ്ചേരി കണ്ണനെയും പാപ്പിനിശ്ശേരി കുഞ്ഞപ്പയെയും വിളിപ്പിച്ചു. ഇവർ നിരപരാധികളായിരുന്നു. എന്നിട്ടും മൂവരെയും കുരിശാകൃതിയിൽ ദ്വാരമുള്ള തോളം എന്ന പലകയിൽ കൈയിട്ട് പിടിച്ചുകെട്ടുകയും ഒരിറ്റ് വെള്ളംപോലും നൽകാതെ പൊരിവെയിലത്ത് നിർത്തുകയും ചെയ്തു. അക്കാലത്ത് സങ്കൽപ്പിക്കാൻപോലും കഴിയാത്ത 101 രൂപ പിഴയിടുകയുമുണ്ടായി. ഇത് ജനമനസിൽ പ്രതിഷേധത്തിന്റെ തീക്കടൽ സൃഷ്ടിച്ചു.

ഇങ്ങനെയുള്ള സംഭവ പരമ്പരകളിലൂടെ ഒരു പ്രദേശത്തിന്റെ ചരിത്രമാണ് ഗ്രന്ഥകർത്താവ് പൂരിപ്പിക്കുന്നത്. മുപ്പതുകൾതൊട്ടുള്ള കേരളീയ സാമൂഹ്യാന്തരീക്ഷം ഹ്രസ്വമായെങ്കിലും പരാമർശിച്ചുപോകുന്നുമുണ്ട്. അക്കാലത്ത് നിലവിലുണ്ടായിരുന്ന ആചാരാനുഷ്ഠാനങ്ങളും വിശ്വാസ സംഹിതകളും അവയെ വീണ്ടും കരുപ്പടിപ്പിച്ച ജന്മിത്തത്തിന്റെ ക്രൂരമുഖവുമെല്ലാം നമുക്ക് കാണാനാവുന്നു. ഈ അവസ്ഥയെ സാമ്രാജ്യത്വം സമർഥമായി ഉപയോഗിക്കുകയായിരുന്നല്ലോ.

ജന്മിമാരുടെ അക്രമപ്പിരിവുകൾ. സാമൂഹ്യമായ വിലക്കുകൾ. പീഡനങ്ങളും കടന്നാക്രമണങ്ങളും. വീടിന് ഓട് പാകിയാലും മീശവെച്ചാൽപ്പോലും ജന്മിമാർ ക്ഷുഭിതരാകും. സംബോധനാ രൂപങ്ങളിൽപ്പോലും അധികാര ചിഹ്നങ്ങൾ. ചെറുത്തുനിന്നവരെ കൊന്നുതള്ളിയതിന്റെ കുറേ ഓർമകളും. പഴശ്ശായിക്കുണ്ടത്തിനും ഓടത്തുപാലത്തിനും പറയാൻ എത്രയോ ക്രൂരകഥകൾ. ഒരു ഗ്രാമം സ്വയം എങ്ങനെ നിർമിച്ചുവെന്നതുകൂടി ഈ കൃതി ആവർത്തിച്ചോർമപ്പെടുത്തുന്നു. എം അനിൽകുമാറിന് ചരിത്രം ഒരു സമരായുധമാണ്. മറവിയുടെ മാറാല പിടിച്ച സംഭവങ്ങളെ അതിന്റെ ചരിത്ര പശ്ചാത്തലത്തിൽ വീണ്ടും ഓർമയുടെ വെള്ളിവെളിച്ചത്തിലേക്ക് ആനയിക്കുകയാണ് അദ്ദേഹം. കോയാടന്റെ ജീവിതം അതിനൊരു വിനീത പ്രേരണയായെന്നു മാത്രം. മുഖ്യധാര അവഗണിക്കുന്ന ഇത്തരം ജീവിതങ്ങളെക്കുറിച്ച് ആവർത്തിച്ച് പറയുകയെന്നത് തീർച്ചയായും ഒരു പോരാട്ടംതന്നെ. ആ ധീരദൗത്യം ഏറ്റെടുത്ത എം അനിൽകുമാറിനോട് നാം കടപ്പാടുള്ളവരാകണം. സന്തോഷത്തോടെ, അതിലേറെ അഭിമാനത്തോടെ ഈ ചരിത്രകൃതി ഞാൻ വായനക്കാർക്ക് സമർപ്പിക്കുന്നു.

1

ചോരയുടെ രുചി

ചോരയിൽ കുതിർന്ന ശവങ്ങൾ വാർഡന്മാർ വണ്ടിയിൽ കയറ്റുന്നു. ഒന്ന്... രണ്ട്... മൂന്ന്... എണ്ണമില്ലാത്ത ക്രൂരതകളിലൂടെ, എണ്ണമില്ലാത്ത ജീവിതങ്ങളിലേക്ക്... ശവസമാനമായ, എന്നാൽ ശ്വാസോച്ഛ്വാസമുള്ള കുറച്ചുപേർ. സി കണ്ണൻ, കാന്തലോട്ട് കുഞ്ഞമ്പു, എ കുഞ്ഞിക്കണ്ണൻ, ഇ കെ നാരായണൻ, വി കെ രാമൻനമ്പ്യാർ, ഇ കെ ദാമോദരൻ പിന്നെ കോയാടനും. മരിച്ചവരെയും മരിക്കാത്തവരെയും തരംതിരിച്ചു. കബന്ധങ്ങൾക്ക് മുകളിലെന്നപോലെ 'കഴുകന്മാർ' വട്ടമിട്ട് പറന്നു. എന്നാൽ ചിലരുടെയെല്ലാം ജീവൻ ബാക്കിയായി. തങ്ങളുടെ മുകളിൽ വെടിയേറ്റ് വീണ 22 സഖാക്കളുടെയും രക്തത്തിന് ഒരേ രുചി... 1950 ഫെബ്രുവരി 11 ലെ കിരാതമായ സേലം വെടിവെപ്പിന്റെ ചോരയുണങ്ങാത്ത ഒരു ചിത്രമാണിത്. പരമാധികാര റിപ്പബ്ലിക്കിൽനിന്നും സാമ്രാജ്യത്വ ചൂഷണങ്ങൾക്കെതിരായി കരളമർത്തി പൊരുതിയവർക്ക് സ്വതന്ത്ര്യാനന്തര ഭരണകൂടം സമ്മാനിച്ച 'സ്നേഹവായ്പ്പ്' ആയിരുന്നു സേലം. മാധവമേനോനെപ്പോലും പശ്ചാത്തപിപ്പിക്കാത്ത സേലം... ആചാര്യകൃപലാനി കാഴ്ചബംഗ്ലാവിലെ മൃഗങ്ങളെയും പക്ഷികളെയും പരിപാലിക്കാൻ നിയോഗിക്കപ്പെട്ടവരുടെ ക്രൂരതയെന്ന് വിശേഷിപ്പിച്ച സേലം... ഇവിടെനിന്നുമാണ്... ഈ ശവക്കൂനകൾക്കിടയിൽനിന്നാണ് കർഷകമോചനപോരാട്ടത്തിൽ പങ്കാളിയായ നിഷ്കളങ്കനായ കർഷക യോദ്ധാവിന്, സ. കോയാടന് സഹപ്രവർത്തകരുടെ ചോരയുടെ രുചി അനുഭവിക്കേണ്ടി വന്നത്. ഒരു അഭിമുഖത്തിൽ അദ്ദേഹം പറഞ്ഞു, "ഒരു വിരൽ മുറിഞ്ഞ് നാം നുണയുന്ന ചോരയല്ല. കുലംകുത്തി ഒഴുകുന്ന ഒരു പുഴയായി തന്നെയാണ് തന്റെ വായിലേക്ക് ചോര ഒഴുകിയത്. അങ്ങനെയാണ് ചോരയുടെ രുചി ഉപ്പാണെന്ന് ഞാനറിഞ്ഞത്."

ഡെപ്യൂട്ടി ജയിലർ അയ്യാപിള്ള ക്രൂരതകളുടെ മൊത്തക്കച്ചവടക്കാ

രനായിരുന്നു. ആയിരത്തോളം തടവുകാരെ ഉൾക്കൊള്ളാനുള്ള ശേഷി സേലം ജയിലിലുണ്ടായിരുന്നില്ല. ജയിൽ പറമ്പിൽ ഉപയോഗശൂന്യമായ കെട്ടിടങ്ങൾവരെ തടവുകാരെ പാർപ്പിക്കാൻ ഉപയോഗിച്ചു. അവയാകട്ടെ, വൃത്തിഹീനവും താമസയോഗ്യമല്ലാത്തതും. ജയിൽ അനക്സ് എന്നറിയപ്പെട്ട ഈ കെട്ടിടത്തിലേക്കാണ് കമ്യൂണിസ്റ്റുകാരെ മൃഗങ്ങളെപ്പോലെ തള്ളിയിരുന്നത്. ഈ ഇരുണ്ട കാരാഗൃഹത്തിന് മലബാർ കലാപം മുതലുള്ള ചരിത്രമുണ്ട്. സാമ്രാജ്യത്വ വിരുദ്ധരായ മാപ്പിള കലാപകാരികളെ നരകതുല്യ യാതനയ്ക്ക് വിധേയമാക്കിയ അക്കാലത്തെ “ഗ്വാണ്ടനാമ' ആയിരുന്നു സേലം ജയിൽ, 1940കളിൽ കമ്യൂണിസ്റ്റുകാരെ പാഠം പഠിപ്പിക്കാനുള്ള കോൺസൻട്രേഷൻ ക്യാമ്പാക്കി മാറ്റി. നിഴലുപോലും ഇളകാത്ത ഭീതിയുടെ ഇരുട്ടുകോട്ടകൾ — സേലം ജയിൽ — എന്നത് ഭീകരതയുടെ ഒരു മരണക്കോട്ടയായിരുന്നു. എന്നാൽ ഹൃദയത്തിലും കണ്ണുകളിലും സ്നേഹത്തിന്റെ വെളിച്ചവുമായി സി കണ്ണനും കാന്തലോട്ട് കുഞ്ഞമ്പുവും കോയാടനും ഉൾപ്പെടെയുള്ള പോരാളികൾ ഈ ജയിൽ സ്നേഹഗൃഹമാക്കി. അനക്സിലെ സൗകര്യമില്ലായ്മയിലും പീഡനത്തിലും സഖാക്കൾ ശക്തമായി പ്രതിഷേധിച്ചു. പ്രതിഷേധം നിരാഹാരത്തിലേക്കും മുദ്രാവാക്യങ്ങളിലേക്കും നീണ്ടു. ഡെപ്യൂട്ടി ജയിലർ അയ്യാപിള്ളയുമായി കാന്തലോട്ടും 'സി'യും ചർച്ച നടത്തി. എങ്കിലും സ്നേഹശൂന്യത തുടർന്നു. ആവശ്യങ്ങൾക്കുനേരെ അവജ്ഞയോടെയുള്ള മറുപടി സമരനേതാക്കളെ ക്രുദ്ധരാക്കി. അയ്യാപിള്ളയുടെ അനുയായികൾ കശപിശയ്ക്ക് വട്ടംകൂട്ടി. എന്നാൽ അതൊരു സംഘർഷത്തിലേക്ക് നീങ്ങിയില്ല. ആ പകയാണ് കരുതിക്കൂട്ടിയ ഈ ക്രൂരതയ്ക്ക് പിന്നിൽ. കടുത്ത ജോലിയായിരുന്നു തടവുകാർക്ക് നൽകിയിരുന്നത്. ശിക്ഷയുടെ വിശദാംശങ്ങളടങ്ങിയ ലോഹബാഡ്ജ് കഴുത്തിലണിയണം. തടവുകാരെ മൃഗരൂപത്തിൽ കാണാനായിരുന്നു ജയിലർ കൃഷ്ണൻനായർക്ക് താൽപ്പര്യം. ശിക്ഷയിളവിനെക്കുറിച്ച് സംസാരിക്കാനെന്ന വ്യാജേന തടവുകാരെ സൂപ്രണ്ട് വിളിച്ചുവരുത്തി മർദിച്ചു. ഈ സംഭവം തടവുകാർക്കിടയിൽ രോഷം ആളിക്കത്തിച്ചു. വാർഡരുമായി കമ്യൂണിസ്റ്റുകാർ വാക്കേറ്റം നടത്തി. ഇത് അധികാരികൾക്ക് സഹിക്കാവുന്നതിലപ്പുറമായിരുന്നു. തുടർന്ന് നടന്ന ഗൂഢാലോചനയാണ് വെടിവെപ്പിലേക്ക് നയിച്ചത്. ഫെബ്രുവരി 11ന് ജയിലർക്ക് ആകെ ഒരു വെപ്രാളമായിരുന്നു എന്ന് കോയാടൻ പിന്നീട് തിരിച്ചറിഞ്ഞു. ഉദ്യോഗസ്ഥരുടെ മുഖങ്ങളിലെല്ലാം സംഭ്രമം. ചില മുഖങ്ങളിൽ സന്തോഷം. ചിലരിൽ സന്താപം... ഇടനാഴികളിൽ ചെറു ചെറു കൂടിച്ചേരലുകൾ. കുശുകുശുക്കലിന്റെ മർമരങ്ങൾ, അഴികൾക്കിടയിലേക്കുള്ള ചില കാക്ക നോട്ടങ്ങൾ... ഫെബ്രുവരി 11ന് നേരം പുലർന്ന് മണിക്കൂറുകളായിട്ടും ജയിൽ അനക്സിലെ മുറികൾ തുറന്നില്ല. പ്രാഥമിക കാര്യങ്ങൾ നിറവേറ്റാൻ പുറത്തുവിടാനോ പ്രഭാതഭക്ഷണം നൽകാനോ വാർഡന്മാർ തയാറായില്ല.

....ഏതാണ്ട് 11 മണിയോടടുത്ത് ആയിക്കാണും... പെട്ടെന്ന് കാതടപ്പി

ക്കുന്ന വെടിവെപ്പ്... തുരുതുര വെടിയൊച്ചകൾ... അലർച്ചകൾ... അനക്സിന്റെ ഗേറ്റടയ്ക്കാൻ തളിയൻ രാമൻനമ്പ്യാർ മുന്നോട്ട് കുതിച്ചു. "സഖാക്കളേ..." എന്ന അർധോക്തിയിൽ രാമൻനമ്പ്യാർ വെടിയേറ്റുവീണു. അദ്ദേഹത്തിന്റെ ശരീരത്തിൽ ചവിട്ടിനിന്നുകൊണ്ട് പട്ടാളത്തെപ്പോലെ ഒരു നിര അകത്തേക്ക് വെടിയുതിർത്തു. നിലവിളികളും മുദ്രാവാക്യവും വിലാപങ്ങളും പുകയും വെടിമരുന്ന് ഗന്ധവും... എല്ലാം നിറഞ്ഞ ഭീതിയുടെ നിമിഷങ്ങൾ... ആ ഭീതിയുടെ ഏതോ നിമിഷങ്ങളിലാണ് കോയാടന് ബോധം നഷ്ടപ്പെടുന്നത്... വീണടിഞ്ഞ പോരാളികളുടെ ജഡങ്ങൾക്കിടയിൽ നിശ്ചേഷ്ടനായി കോയാടൻ...

മരിച്ചവരുടെയും പരിക്കേറ്റവരുടെയും പട്ടിക തയാറാക്കി. 22 പേർ മരിച്ചു. 17 പേർ സംഭവസ്ഥലത്തും അഞ്ചു പേർ ആശുപത്രിയിലും. കാവുമ്പായി വെടിവെപ്പിനെ തുടർന്ന് അറസ്റ്റ് ചെയ്യപ്പെട്ട സഖാക്കൾ തളിയൻ രാമൻനമ്പ്യാർക്കും ഒ പി അനന്തൻനമ്പ്യാർക്കും വെടിവെപ്പിൽ ജീവൻ നഷ്ടപ്പെട്ടു. ഇവരെ കൂടാതെ നക്കായി കണ്ണൻ, അമ്പാടി ആശാരി, പുല്ലാഞ്ഞിയോടൻ ഗോവിന്ദൻ പുല്ലാഞ്ഞിയോടൻ നാരായണൻനമ്പ്യാർ (തില്ലങ്കേരി), ആസാദ് ഗോപാലൻനായർ, എൻ ബാലൻ, എൻ പത്മനാഭൻ, നീലഞ്ചേരി നാരായണൻനായർ (കൂത്തുപറമ്പ്), എൻ കോരൻ (പയ്യന്നൂർ), കെ ഗോപാലൻകുട്ടി (കൊയിലാണ്ടി), മയിലപ്രവൻ നാരായണൻനമ്പ്യാർ (പായം), ഞങ്ങാടി കുഞ്ഞമ്പു (പായം), ആണ്ടലോടൻ കുഞ്ഞപ്പ (കോളാരി), വി സി കുഞ്ഞിരാമൻനമ്പ്യാർ (കോളാരി കോരൻ ഗുരുക്കൾ (പായം), കാവേരി മുതലി (തമിഴ്നാട്), ഷെയ്ഖ് പൂദ് (തമിഴ്നാട്), അറുമുഖം (തമിഴ്നാട്) ഇവരായിരുന്നു സേലം ജയിലിൽ ജീവിതം സമർപ്പിച്ചത്. അവശേഷിക്കുന്ന പോരാളികൾ ഫെബ്രുവരി 12നുള്ള കോഴിപ്പുറത്ത് മാധവമേനോന്റെ സന്ദർശനത്തിൽ പ്രതിഷേധിച്ചു.

സേലം വെടിവെപ്പ് രാജ്യത്താകെയുള്ള വിപ്ലവ തടവുകാരിൽ കടുത്ത രോഷവും പകയും വർധിപ്പിച്ചു. സ്വാതന്ത്ര്യത്തിനുവേണ്ടിയുള്ള പോരാട്ടത്തിൽ, മണ്ണിനുവേണ്ടിയുള്ള സമരത്തിൽ — നേതൃത്വം വഹിച്ച നേതാക്കളെ കൂട്ടക്കൊല ചെയ്തത് വെല്ലൂർ ജയിലിന്റെ ജയിലഴികൾ പിടിച്ചുകുലുക്കി എ കെ ജിയുടെ നേതൃത്വത്തിൽ രാജ്യത്താകെ പ്രതിഷേധം പടർന്നു. അഹിംസയുടെ മന്ത്രമോതുന്നവർ ബന്ധനത്തിലായവരെ വെടിവെച്ചു കൊല്ലുന്നതിന്റെ യുക്തിയെ എ കെ ജി കടുത്ത ഭാഷയിൽ ചോദ്യം ചെയ്തു. ജയപ്രകാശ് നാരായണനും ആചാര്യ കൃപലാനിയുൾപ്പെടെയുള്ള നേതാക്കൾ സേലത്തെ കൂട്ടക്കുരുതിയെ നിശിതമായി വിമർശിച്ചു. കൃപലാനി കോൺഗ്രസുമായി തെറ്റിപ്പിരിയുന്നതിനും കിസാൻ മസ്ദൂർ പാർട്ടി രൂപീകരിക്കുന്നതിനും ഇടയായ സാഹചര്യമായും സേലം വെടിവെപ്പിനെ കാണാം. സ്വതന്ത്ര ഭാരതത്തിൽ സ്വാതന്ത്ര്യ പോരാളികൾക്കെതിരെ നടന്ന ഈ ആക്രമണം പിരിച്ചുവിടണമെന്ന് ഗാന്ധിജി പറഞ്ഞ ഇന്ത്യൻ നാഷണൽ കോൺഗ്രസിന്റെ അന്തസാര ശൂന്യത വെളിവാക്കുന്നതായി. ബ്രിട്ടീഷ് ഇന്ത്യയിൽ ഭഗത്സിങ്ങിനെ തൂക്കിക്കൊല്ലാൻ

വിധിച്ചപ്പോൾ മൗനം ഭജിച്ച കോൺഗ്രസിന്റെ നയത്തിന്റെ ഉയർന്ന രൂപമായിരുന്നു സേലം വെടിവെപ്പ്. കോൺഗ്രസിന്റെ ചരിത്രമെഴുതിയ മൊയ്യാരത്തു ശങ്കരനെയും സർദാർ ഗോപാലകൃഷ്ണനെയും തല്ലിക്കൊല്ലാൻ മടികാണിക്കാത്ത അധികാര ഹിംസയായി, ഭരണകൂട ഭീകരതയായി കോൺഗ്രസ് രൂപപ്പെട്ടത് ആധുനിക ഭാരതത്തിന്റെ ദുരന്തമായി.

ഈയൊരു സാഹചര്യത്തിൽ തുടിക്കുന്ന വിപ്ലവ ഭൂമികയായ കണ്ണൂർ ജില്ലയിൽ ചുവന്ന ഫർക്കയായ ഇരിക്കൂറിന്റെ തോഴനായ കോയാടന്റെ പങ്കാളിത്തം ഉജ്വലപോരാട്ട സ്മരണകളാണ്. കോയാടന്റെ സഹപ്രവർത്തകരായിരുന്ന പോരാളികൾ ഒ പി അനന്തൻനമ്പ്യാർ, തളിയൻ രാമൻ നമ്പ്യാർ, തില്ലങ്കേരി സഖാക്കൾ, പുല്ലാഞ്ഞിയോടൻ നാരായണൻനമ്പ്യാർ എന്നിവരുടെ വേർപാടിൽ രോഷവും വിഷാദവും മരണംവരെ കോയാടനിൽ കാണാൻ കഴിയുമായിരുന്നു. ഒ പി അനന്തൻ മാഷിന്റെ സ്നേഹമസൃണമായ പെരുമാറ്റത്തെയും തളിയനിലെ വീറുറ്റ പോരാളിയെയും ജീവിതാന്ത്യംവരെ മറക്കാൻ കോയാടന് സാധിച്ചിരുന്നില്ല. രാഷ്ട്രീയ ദർശനങ്ങളിലെ ആഴവും പരപ്പും സൃഷ്ടിക്കുന്നത് സി കണ്ണന്റെയും കാന്തലോടിന്റെയും സേലത്തെ സഹവർത്തിത്വം... കോയാടന്റെ ദീപ്തസ്മരണകളാണ്.

2

പട്ടണമുൾനാട് മെല്ലെ പട്ടിണിയായി ചമഞ്ഞു...

പത്തൊൻപതാം നൂറ്റാണ്ടിൽ മൂന്നു തരത്തിലുള്ള കാർഷിക വ്യവസ്ഥയാണ് ബ്രിട്ടൻ അടിച്ചേൽപ്പിച്ചത്. സെമിന്ദാരി, റയത്ത്വാരി, മഹൽവാരി എന്നിവയായിരുന്നു അവ. ഉൽകൃഷ്ടമായ കാർഷിക ഉൽപ്പന്നങ്ങളുടെ കച്ചവടക്കാരായി, കുനിഞ്ഞ നട്ടെല്ലുമായി ഇടപ്രഭുക്കന്മാരെയും രാജക്കാന്മാരെയും സമീപിച്ച ബ്രിട്ടീഷ് ഈസ്റ്റിന്ത്യ കമ്പനി മഹിതമായ കാർഷിക സംസ്കാരമുള്ള ഈ രാജ്യത്ത് ചൂഷണാധിഷ്ഠിത കാർഷിക വ്യവസ്ഥ സൃഷ്ടിക്കുകയുണ്ടായി. കൃഷിയെന്നത് കേവല ജീവസന്ധാരണം മാത്രമല്ലെന്നും മഹത്തായ സംസ്കൃതി തന്നെയാണെന്നും ലോകത്തെ പഠിപ്പിച്ച ഭാരതീയരെ കച്ചവടക്കുരുക്കുകളിൽപ്പെടുത്തി ക്രൂരമായ ചൂഷണമാണ് സാമ്രാജ്യത്വം നിർവഹിച്ചത്. സെമിന്ദാരി, റയത്ത്വാരി, മഹൽവാരി കാർഷിക വ്യവസ്ഥ ഫ്യൂഡൽ സ്വഭാവത്തോടുകൂടി പല നിലകളിലുള്ള ജന്മിത്വത്തിന് ജന്മം നൽകി. എന്നാൽ ബ്രിട്ടീഷുകാർ ഏർപ്പെടുത്തിയ ജന്മിത്വ വ്യവസ്ഥയിലധിഷ്ഠിത ഭൂവുടമാ സമ്പ്രദായം കാർഷിക അസ്വാസ്ഥ്യത്തിന്റെ ഭാഗമായ പുത്തൻ പ്രതിഫലനത്തിന് വേദിയായി. അവയൊന്നും ശരിയായ ശാസ്ത്രബോധത്തോടുകൂടിയുള്ള സമരമായിരുന്നില്ല. ചില വ്യക്തികൾ, മതസംഘടനകൾ എന്നിവയുടെ നേതൃത്വം അവയിലുണ്ടായിരുന്നു. സാന്താക്ഷ കലാപം, വഹാബി, ഫറാസി കലാപങ്ങളിലെല്ലാം ഇത്തരമൊരു സ്വഭാവം പ്രകടമായിരുന്നു. ബ്രിട്ടീഷുകാരെ സായുധ സമരത്തിലൂടെ കെട്ടുകെട്ടിക്കാമെന്ന ആശയഗതിയോടുകൂടി ഉശിരാർന്ന ദേശീയ വിപ്ലവകാരികൾ ഇന്ത്യൻ രാഷ്ട്രീയത്തിന്റെ കേന്ദ്ര കർതൃത്വത്തിലേക്ക് നടന്നടുത്തു. അതിനിടയായത് ബോൾഷെവിക്ക് വിപ്ലവമാണെന്ന് പ്രത്യേകിച്ച് പറയേണ്ടതില്ല.

ഒന്നാം ലോകമഹായുദ്ധത്തിന്റെ ഭാഗമായുള്ള സാമ്പത്തിക കുഴപ്പം രാജ്യത്തെ കൃഷിക്കാരെ പിടിച്ചുലച്ചു. 1930 കളുടെ ആരംഭത്തിൽ മുതലാളിത്ത രാജ്യങ്ങളിൽ പടർന്നുപിടിച്ച സാമ്പത്തിക കുഴപ്പം ഇന്ത്യൻ കൃഷിക്കാർക്കിടയിലും വൻ പ്രതിസന്ധി സൃഷ്ടിച്ചു. അങ്ങനെ ഭൂമിയെ പുഷ്പിണിയാക്കിയ കൃഷിക്കാരുടെ ജീവിതങ്ങൾക്കിടയിലേക്ക് പട്ടിണിയുടെ ഘോരരൂപങ്ങൾ മലയിറങ്ങിവന്നു. ഏതു കുടിലിലും വറുതിയുടെ നിറം മങ്ങിയ ജീവിതവും ദാരിദ്ര്യത്തിന്റെ കൺകുഴികളും രാജ്യത്തെ നോക്കി പല്ലിളിച്ചു.... 'നനഞ്ഞുനാറിയ മാടങ്ങൾ.' 'പട്ടണിഞ്ഞവന്റെ' പിന്നിൽ 'കീറക്കോണകം കെട്ടിയവൻ.' മൂക്കുമുട്ടെ തിന്ന് വയറു വീർത്തവന്റെ ചുറ്റും വെളിച്ചം നശിച്ച് തിളക്കം മങ്ങിയ കൺകുഴികൾ. മുഴുപ്പട്ടിണി, അരപ്പട്ടിണി. ക്ഷാമദേവതയുടെ പള്ളിവേട്ട. 'രോഗശോകങ്ങളുടെ കുരുക്ഷേത്രം' എന്ന് സ്വാമി വിവേകാനന്ദനെക്കൊണ്ട് പറയിപ്പിക്കുന്നൊരു ഭീകര ചിത്രത്തിലേക്ക് ഇന്ത്യയെത്തിനിന്നു.

ഈ പ്രതിസന്ധി ഘട്ടത്തിൽ രാജ്യത്തിന്റെ വിവിധ ഭാഗങ്ങളിൽ കർഷക സംഘടനകൾ ഉയർന്നുവരാൻ തുടങ്ങി. കൃഷിഭൂമിയിൽ നിന്നുള്ള ഒഴിപ്പിക്കലിനും പാട്ടം വർധനയ്ക്കും അടിമവേലയ്ക്കും വിരാമമിടുക എന്നതായിരുന്നു കർഷക സംഘടനകളുടെ പ്രധാന മുദ്രാവാക്യം. ഈ ചെറു സമരങ്ങളെയും ഗ്രാമീണ മുന്നേറ്റങ്ങളെയുമെല്ലാം സാമ്രാജ്യത്വ വിരുദ്ധമായ ആശയഗതിയോടുകൂടിയ ഏകമുഖ സമരമായി ബ്രിട്ടീഷ് ആധിപത്യത്തിനെതിരെ തിരിച്ചുവിടാൻ ഇടതുപക്ഷ സംഘടനകൾക്ക് കഴിഞ്ഞു. കോളോണിയൽ ഭരണാധികാരിയും അവരുടെ കൂട്ടാളികളായ ഫ്യൂഡൽ മാടമ്പിമാരും നടത്തിയ നിർദയമായ മർദനങ്ങളെ ചെറുത്തു തോൽപ്പിക്കുവാൻ ഒറ്റതിരിഞ്ഞ സംഘടനകൾക്ക് സാധിക്കില്ലെന്ന് ജനങ്ങളെ ബോധ്യപ്പെടുത്താൻ കമ്യൂണിസ്റ്റ് നേതൃത്വത്തിന് സാധിച്ചു. ബ്രിട്ടീഷ് വിരുദ്ധമായ സമരമാണ് പൊതുവിൽ സംഘടിപ്പിച്ചതെങ്കിലും നാടുവാഴി–ഭൂവുടമ ബന്ധത്തെ തകർക്കാതെ, ജന്മിത്തത്തിന്റെ തായ്വേരറുക്കാതെ അതിന് മുന്നേറാൻ സാധിക്കില്ലെന്ന് വന്നു. കോൺഗ്രസിന്റെ നേതൃത്വത്തിൽ നടന്ന സമരങ്ങളിൽനിന്നും ഈ ഇടതുപക്ഷ സമരങ്ങൾ ചരിത്രത്തിൽ വേറിട്ടുനിൽക്കുന്നത് ഫ്യൂഡലിസത്തെ തകർക്കുക എന്ന പ്രഥമലക്ഷ്യത്തിൽ നിന്നാണ്. എന്നാൽ കോൺഗ്രസിന്റെ നേതൃത്വത്തിൽ കാർഷിക മുന്നേറ്റം ഏറെ ഉണ്ടായിരുന്നുവെങ്കിലും അവ സെമിന്ദാരി സമ്പ്രദായവും ജന്മിത്വവും പൂർണമായി നിഷേധിക്കുവാൻ തയാറായിരുന്നില്ല. ചാമ്പാരൻ സത്യഗ്രഹവും, കെയ്റ സത്യഗ്രഹവും ഉദാഹരണങ്ങളാണ്. 1921–22 കാലത്ത് വടക്കേ ഇന്ത്യയിൽ നടന്ന നികുതി–നിഷേധ പാട്ടനിഷേധ പ്രസ്ഥാനം എന്നിവ; നാടുവാഴി അഭിജാത കുടുംബങ്ങളിൽ നിന്നുവന്ന നേതാക്കന്മാരായിരുന്നു ഇത്തരം സമരങ്ങൾക്ക് നേതൃത്വം

നൽകിയത്. അവർ വ്യവസ്ഥയുമായി സന്ധിചെയ്യുവാനും കെട്ടിപ്പിണഞ്ഞ് കിടക്കുവാനും സന്നദ്ധമായി. ഈ സാഹചര്യത്തിലാണ് 1934 ൽ കോൺഗ്രസ് സോഷ്യലിസ്റ്റ് പാർട്ടിക്ക് ജന്മം നൽകുന്നത്. കമ്യൂണിസ്റ്റുകാർ മീററ്റ് ജയിൽ വാസത്തിനുശേഷം വർഗസംഘടനകൾക്ക് നേതൃത്വം നൽകിത്തുടങ്ങി. 1936 ജനുവരി 16ന് കോൺഗ്രസ് സോഷ്യലിസ്റ്റുപാർട്ടിയുടെ പ്രമുഖ നേതാക്കളും ഇടതുപക്ഷ ചിന്താഗതിക്കാരായ പ്രവർത്തകരുമെല്ലാം ഒരു സമ്മേളനം സംഘടിപ്പിച്ചിരുന്നു. സമ്മേളനത്തിന്റെ അധ്യക്ഷ കമലാദേവി ആയിരുന്നു. സമ്മേളനം ആഗോള മാന്ദ്യവും കർഷകർ അനുഭവിക്കുന്ന ആശങ്ക പങ്കുവെക്കുകയും പുത്തൻ പരിപാടികൾ രൂപപ്പെടുത്തുകയും ചെയ്തു. അതിനായി സംഘടനാ രൂപം തയാറാക്കുകയും ചെയ്തു. എൻ ജി രങ്കയും ജയപ്രകാശ് നാരായണനും മുഖ്യചുമതലക്കാരായി ഓർഗനൈസിങ് കമ്മിറ്റി രൂപീകരിച്ചു. ബിഹാറിലെ ആദരണീയനായ കർഷകനേതാവ് സഹജാനന്ദ സരസ്വതി മുഖ്യ ഉപദേഷ്ടാവായി. അദ്ദേഹം അധ്യക്ഷനായി 1936 ൽ വീണ്ടും ലഖ്നൗവിൽ സമ്മേളനം സംഘടിപ്പിച്ചു. ഈ സമ്മേളനത്തിൽ ഇ എം എസ് നമ്പൂതിരിപ്പാട് പങ്കെടുത്തു. അവിടെവച്ചാണ് അഖിലേന്ത്യ കിസാൻസഭയുടെ രൂപീകരണം ഉണ്ടായത്.

ജന്മിത്തത്തിനെതിരെ ആഞ്ഞടിക്കാനുള്ള തീരുമാനവുമായി ഇ എം എസ് ഉൾപ്പെടെയുള്ള നേതാക്കൾ കേരളത്തിലെ ചിന്തകൾക്ക് വേരോട്ടം നൽകി. ഈ സാഹചര്യത്തിലാണ് ഇരിക്കൂർ ഫർക്ക ചുവന്നു തുടങ്ങിയത്. ഇരിക്കൂർ ഫർക്ക പ്രധാനമായും കല്ല്യാട്ട് യശ്മാന്റെയും കരക്കാട്ടിടം നായനാരുടെയും അധീനഭൂമിയായിരുന്നു.

വാഗ്ഭടാനന്ദൻ എഴുതിവച്ചതുപോലെ ''ഇരിക്കൂർ പുഴയ്ക്കും കുടകിനുമിടയിൽ നീണ്ടുപരന്ന മലനിരകളോടുകൂടിയ ഭൂപ്രദേശത്തിന്റെ അധിപനായിരുന്നു കല്യാട്ട് യശ്മാൻ." ഈ മേഖലയിലെ കർഷകരുടെയും ജനങ്ങളുടെയും ജീവിതം തീർത്തും ദുസ്സഹമായിരുന്നു. നിരവധി നികുതികളും വാരം, പാട്ടം, നൂരി, വെച്ചുകാണൽ, ശീലക്കാശ് തുടങ്ങിയ അക്രമപ്പിരിവുകളും കൃഷിക്കാരെ അക്ഷമരും ക്ഷുഭിതരുമാക്കി. ഇവയ്ക്കുള്ള ഐക്യരൂപമെന്ന നിലയിലാണ് കിസാൻസഭയുടെ ലഖ്നൗ രൂപീകരണ സമയത്തുതന്നെ എള്ളരിഞ്ഞിയിൽ 1936 ഒക്ടോബർ മാസത്തിൽ പ്രാദേശിക കർഷകസംഘം രൂപംകൊണ്ടത്. കാഞ്ഞിലേരി അംശത്തിൽപ്പെട്ട കാഞ്ഞിലേരി, എള്ളരിഞ്ഞി, കൈതപ്രം, നെടുങ്ങോം, ചെരിക്കോട്, നിടിയേങ്ങ അംശത്തിൽപ്പെട്ട കാവുമ്പായി എന്നീ ദേശങ്ങൾ ഉൾപ്പെട്ടതാണ് എള്ളരിഞ്ഞി പ്രാദേശിക കർഷകസംഘം. കാവുമ്പായി സ്വാമിമഠത്തിൽ കേരളീയന്റെ സാന്നിധ്യത്തിൽ തളിയൻ രാമൻനമ്പ്യാർ പ്രസിഡന്റും എം സി രാമൻകുട്ടിനമ്പ്യാർ സെക്രട്ടറിയുമായി ആദ്യ ക

മ്മിറ്റി രൂപീകരിച്ചു. ഒ പി അനന്തൻനമ്പ്യാർ, കെ പി കുഞ്ഞിക്കണ്ണൻ, കടാങ്കോടൻ ഗോവിന്ദൻനമ്പ്യാർ, എടവൻ പരിപ്പങ്ങലത്ത് രാമർകുട്ടിനമ്പ്യാർ, കേളോത്ത് കൃഷ്ണൻ, എം സി കുഞ്ഞിക്കണ്ണൻ എന്നിവർ കമ്മിറ്റി മെമ്പർമാരായിരുന്നു. കരക്കാട്ടിടം നായനാരുടെ ആസ്ഥാനമായ എള്ളരിഞ്ഞിക്കാണ് പ്രാധാന്യമെങ്കിലും സംഘത്തിന്റെ പ്രവർത്തനകേന്ദ്രം കാവുമ്പായി ആയിരുന്നു. നേതാക്കളുടെ പ്രവർത്തനഫലമായി ഏരുവേശി, പയ്യാവൂർ, ബ്ലാത്തൂർ, പടിയൂർ തുടങ്ങിയ പ്രദേശത്താകെ കർഷകസംഘം രൂപീകരിച്ചു. കർഷകസംഘത്തിന്റെ രൂപീകരണം കർഷകരിൽ ആവേശവും പ്രതീക്ഷയും നൽകി. ഇരിക്കൂർ ഫർക്കയിലാകെ കരക്കാട്ടിടം നായനാർക്കും കല്യാട്ട് യശ്മാനും മറ്റ് ജന്മികൾക്കുമെതിരായ പോരാട്ടങ്ങൾ ശക്തിയാർജിച്ച് തുടങ്ങി. പ്രാദേശിക സംഘങ്ങൾ രൂപംകൊണ്ട് ഏറെ കഴിയുംമുമ്പ് കർഷകസംഘം ഇരിക്കൂർ ഫർക്ക കമ്മിറ്റി രൂപീകൃതമായി. എം സി ആർ പ്രസിഡന്റും എ കുഞ്ഞിക്കണ്ണൻ സെക്രട്ടറിയുമായിട്ടുള്ളതായിരുന്നു ഫർക്കാ കമ്മിറ്റി. കോയാടൻ, കൊട്ടയാടൻ രാഘവൻമാസ്റ്റർ, ഒ പി അനന്തൻമാസ്റ്റർ, തളിയൻ രാമൻനമ്പ്യാർ, എം സി രാമർകുട്ടിനമ്പ്യാർ, കല്യാടൻ കുഞ്ഞികൃഷ്ണൻ, എ കുഞ്ഞികൃഷ്ണൻ, എൻ കെ കുമാരൻമാസ്റ്റർ, ഇ കുഞ്ഞിരാമൻനായർ, അറാക്കൽ കുഞ്ഞിരാമൻ, കെ കെ കുഞ്ഞനന്തൻനമ്പ്യാർ, പി കെ കുഞ്ഞിക്കണ്ണൻമാസ്റ്റർ, കേളോത്ത് കൃഷ്ണൻ, എം സി കുഞ്ഞിക്കണ്ണൻ എന്നിവർ കമ്മിറ്റിയംഗങ്ങളായി.

ഈ സാമൂഹ്യ സാഹചര്യത്തിന്റെ ഉൽപ്പന്നമായ സംഘടനയിലേക്ക് കോയാടൻ നാരായണൻ എന്ന യുവാവ് എടുത്തെറിയപ്പെടുകയായിരുന്നില്ല. ബൂർഷ്വാ ചരിത്രകാരന്മാരുടെ വാദമുഖങ്ങൾപോലെ വ്യക്തികൾ ചരിത്രം സൃഷ്ടിക്കുകയല്ല മറിച്ച് ചരിത്ര സന്ദർഭങ്ങളാണ് മഹത്വ്യക്തികളെ സൃഷ്ടിക്കുന്നത്. മാർക്സിയൻ വീക്ഷണത്തിന്റെ ഉജ്വലമായ ഉദാഹരണംകൂടിയാണ് കോയാടൻ. അരമുണ്ട് മുറുക്കി ജന്മിയുടെ പണിനിലങ്ങളിൽ വീണുപിടഞ്ഞ ഒരു ജനതതിയുടെ ക്ഷോഭത്തിന്റെ അനിവാര്യമായ പൊട്ടിത്തെറിയുടെ ചരിത്രസന്ദർഭത്തിലാണ് കോയാടനിലെ പോരാളി പിറവിയെടുക്കുന്നത്.

> ''പട്ടണമുൾനാട് മെല്ലെ പട്ടിണിയായ് ചമഞ്ഞു
> നാട്ടുകാരൊക്കെ വലഞ്ഞു കഷ്ടം; വീട്ടുകാരൊക്കെ തുലഞ്ഞു.
> നട്ടെല്ല് പൊട്ടിക്കും മട്ടിൽ കടം കഷ്ടമടിച്ചമർത്തുന്നു.
> വാങ്ങിയ സംഖ്യയുമല്ല അതിലെത്ര ഇരട്ടി കൊടുത്തു
> പൊന്നും ചരടെങ്ങാനുമുണ്ടോ നമ്മുടെ
> അമ്മ പെങ്ങന്മാരുടെ കഴുത്തിൽ
> കാലം പിഴച്ചുപോയാലും, വിളനാശം പിണഞ്ഞുപോയാലും

കാര്യം കടുകീറിയല്ലോ, വാങ്ങുന്നു ജന്മി നമ്മളിൽനിന്ന്
ഏറെ നാൾ ജന്മി പിടിച്ചു വാശി, തീരേ നശിച്ചു കൃഷിക്കാർ
മേലാലൊരുമിച്ചു സംഘം ചേർന്നു, നമ്മൾ പിടിക്കണം വാശി.''

ഈ പാട്ടുകൾ കർഷകസംഘത്തിന്റെ കാരണവന്മാർ അന്നു പാടിയ പാട്ടുകളായിരുന്നു. വാശിയും നൂരിയും ശീലക്കാശും അക്രമപ്പിരിവുകളുംമൂലം പൊറുതിമുട്ടിയ കർഷകജനതയുടെ സംഘബോധത്തിന്റെ നാടൻ ശീലുകളാണ് ഈ പാട്ടുകൾ. സാഹിത്യമെന്നത് ആ കാലഘട്ടത്തിന്റെ സൃഷ്ടിയാണെന്നതിന് ഇതിൽപ്പരം മറ്റൊരുദാഹരണം വേണ്ടല്ലോ. കെ ദാമോദരന്റെ *പാട്ടബാക്കി*യും ചെറുകാടിന്റെ *മണ്ണിന്റെ മാറിൽ* പൊട്ടിമുളച്ച ഒരു മണ്ണിൽനിന്നുതന്നെയാണ് കോയാടനെപ്പോലുള്ള സമരയോദ്ധാക്കൾ ചരിത്രത്തിലേക്ക് നിവർന്നു നടന്നത്.

3

കുണ്ടൻ പറയും തടിച്ചകോലും

ഊരത്തൂരിൽ ജന്മിയുടെ പ്ലാവിൻതോട്ടത്തിലെ കുരുമുളക് മാണിക്കോത്ത് കുട്ട്യപ്പ, ചമ്മഞ്ചേരി കണ്ണൻ, പാപ്പിനിശ്ശേരി കുഞ്ഞപ്പ തുടങ്ങിയവർചേർന്ന് മോഷ്ടിച്ചുവെന്ന് കാര്യസ്ഥന്മാർ ഓതിക്കൊടുത്തതിനാൽ മൂവരെയും ജന്മി വിളിപ്പിച്ചു. മൂവരും നിരപരാധികളാണ്. കുരുമുളക് പറിച്ചത് ചില കുസൃതിക്കുട്ടികളായിരുന്നു. മൂവരെയും കുരിശാകൃതിയിൽ ദ്വാരങ്ങളുള്ള 'തോളം' എന്ന പലകയിൽ കൈയിട്ട് പിടിച്ചുകെട്ടി. വെള്ളം പോലും കൊടുക്കാതെ പൊരിവെയിലത്ത് നിർത്തി. സന്ധ്യയായപ്പോൾ ജന്മിയെത്തി. 101 രൂപ പിഴയും 100 അടി മൂവർക്കും വീതിച്ചു നൽകുകയും ചെയ്തു. 100 രൂപ എന്നത് സങ്കൽപ്പത്തിനപ്പുറമുള്ള സംഖ്യയായിരുന്നു. ഊരത്തൂരിലെ കർഷകർക്ക് 100 അടിയേക്കാൾ ഭയാനകമായിരുന്നു 101 രൂപ. റോമാസാമ്രാജ്യ കാലഘട്ടത്തിലെ സ്പാർട്ടക്കസ് റെബലിയനെ അനുസ്മരിപ്പിക്കുമാറ് സ്ഫോടനാത്മകമായ അമർഷം ഈ സംഭവം ഊരത്തൂരിലെ മക്കളുടെ മനസിലൂടെ വിദ്യുത്സ്ഫുലിംഗങ്ങളെപ്പോലെ മിന്നിമറഞ്ഞു.

"സത്യവും ധർമവും മര്യാദയും ഈ പാരിലില്ലല്ലോ നാരായണാ" എന്ന പ്രതിഷേധത്തിന്റെ വിലാപവുമായി വിഷ്ണുഭാരതീയന്റെ നേതൃത്വത്തിലുള്ള ജാഥ പരിക്കളത്തുനിന്ന് ആരംഭിച്ച് കുന്നിനുതാഴെ വഴി ഊരത്തൂരിലെത്തി കവലയിൽ പ്രസംഗിച്ചു. കോയാടനും പാപ്പിനിശ്ശേരി കുഞ്ഞപ്പനമ്പ്യാരും നേതാക്കളായി അന്നാണ് ഊരത്തൂരിൽ കർഷകസംഘം രൂപീകരിക്കുന്നത്. ചിറ്റാരിപ്പറമ്പ് ഹൈസ്കൂളിൽ ഇന്റർമീഡിയേറ്റ് പഠിച്ചുകൊണ്ടിരുന്ന പുള്ളുവൻ കുമാരൻ (പി കുമാരൻ) ഊരത്തൂരിൽ കുതിച്ചെത്തി. തുടർന്ന് "നോക്കി ചാർത്ത്" എന്ന കല്യാട്ട് യശ്മാന്റെ നടപടിക്കെതിരെ പി കുമാരനും കോയാടനും ചേർന്ന് നിരവധി പ്രതിഷേധങ്ങൾ സംഘടിപ്പിച്ചു. ആ പ്രതിഷേധത്തിന്റെ ഭാഗമായി നിരവധി

പാട്ടുകളും രചിക്കപ്പെട്ടു. കണ്ണോത്ത്‌വീട്ടിൽ പശുവിനെ നോക്കാൻ വന്ന മെലിഞ്ഞുവെളുത്ത് കൊലുന്നനെയുള്ള പള്ളിയത്ത് കുഞ്ഞിക്കണ്ണൻ എന്ന കുട്ടി ചമ്മഞ്ചേരി കുട്ട്യപ്പനമ്പ്യാർ പാടിയ പാട്ട് അന്ന് ഏറ്റുപാടി.

"പെട്ടക്കിരണ്ടിന് തുല്യമായ
കുണ്ടൻപറയും തടിച്ചക്കോലും.
കാര്യസ്ഥൻ രാമന് കൈക്കൂലിയായ്
നമ്മളൊന്നും കൊടുത്തില്ലെങ്കിൽ
ഞെക്കി ഞെരിച്ചമർത്തും രാമൻ
പിന്നെയും രണ്ടങ്ങന്നമർത്തും രാമൻ"

10 പറ നെല്ല് അളന്നാൽ ഒരു പാരൽ നെല്ല് മാറ്റിവെയ്ക്കുന്നു. ഇതാണ് 'നൂരി' അന്നത്തെ കുണ്ടൻപറയിൽ 10 സേറിന് പകരം 12 സേർ നെല്ല് കൊള്ളും. അവസാനം കിട്ടുന്ന നുരിയും കൂട്ടിയാൽ 13 സേർ നെല്ല് യശ്മാനന് കിട്ടും. ജന്മിയുടെ പത്തായപ്പുരയിൽ എലികൾ നെല്ല് തിന്നുന്നതിന് കൃഷിക്കാർ മുൻകൂറായി 10 സേറിന് രണ്ട് എന്ന നിലയിൽ "വാശി" കൊടുക്കണം. കർഷകരെ പീഡിപ്പിക്കാൻ ജന്മി തന്റെ നിലവറയിൽ എന്തിനാണ് ഇത്രയധികം എലികളെ വളർത്തുന്നതെന്ന് കോയാടൻ പരിഹാസരൂപേണ ജനങ്ങളോട് ചോദിച്ചു. ഈ ചോദ്യങ്ങൾ സമരത്തിന്റെ മുഴക്കമായി ഊരത്തൂരിൽ അലയടിച്ചു. വാശിയും നൂരിയും ശീലക്കാശും വെച്ചുകാണലും നാട്ടിൽ നിയമമാക്കി എടുക്കാൻ ജന്മിമാർ ഗുണ്ടകളെയും പരിപാലിച്ചു. അതിനെ സംബന്ധിച്ച് കോയാടൻ പറഞ്ഞു, "ജന്മി പത്തായത്തിൽ വാശി പിരിച്ചെടുക്കാൻ എലികളെ മാത്രമല്ല, പിരിവിന് കാരോന്നനെപ്പോലെയുള്ള എച്ചിൽ നക്കികളായ കാര്യസ്ഥന്മാരെയും പോറ്റിവളർത്തുന്നു." കാരോന്നൻ എന്നു പറഞ്ഞാൽ കല്യാട്ട് യശ്മാന്റെ എന്തിനും പോന്ന ഗുണ്ടയായിരുന്നു. കാരോന്നനെ എതിർക്കാൻ പി കുമാരനും കോയാടനും ഉറച്ചു. ഭാര്യവീട്ടിലേക്ക് രാത്രി പോകുന്ന വഴിക്ക് കാരോന്നന് കണക്കിന് കിട്ടി. ഇതിൽ കോയാടൻ ഒന്നാം പ്രതിയായി കേസുമുണ്ടായി. കേസ് അവരുടെ പോരാട്ട വീര്യത്തെ തളർത്തിയില്ല. രണ്ടു നാല് ദിനങ്ങളിലെ ഒളിവിനുശേഷം "ഒന്നാം കർഷക സമ്മേളനമത് പൊന്നാനിയിലാണറിയില്ലേ..." എന്ന പാട്ടുമായി ഊരത്തൂരിന്റെ ഇടവഴികളിൽ കോയാടനും കുമാരനും യുവ സൂര്യന്മാരായി ഉദിച്ചുയർന്നു. കർഷക സമ്മേളനത്തിന് പോവാൻ അവർ പിടിയരി പിരിച്ചു. മാണിക്കോത്ത് കുട്ട്യപ്പനമ്പ്യാർ, പി കുമാരൻ, കോയിറ്റി ഗോവിന്ദൻ തുടങ്ങിയവരെല്ലാം കോയാടന്റെ നേതൃത്വത്തിൽ പൊന്നാനി സമ്മേളനത്തിലേക്ക് യാത്രയായി.

കാവുമ്പായിക്കുന്നിൽ വെടിയേറ്റുവീണ സഖാവ് പി കുമാരന്റെ സന്തത സഹചാരിയും നേതാവുമായ കോയാടൻ നാരായണൻ നമ്പ്യാർ 1905 ലാണ് ജനിച്ചത്. മൈലപ്രവൻ കണ്ണൻ നമ്പ്യാരും മംഗലപള്ളി കോയാടൻ മാധവിയുമാണ് മാതാപിതാക്കൾ. കല്യാട് യശ്മാന്റെ കാര്യസ്ഥനായിരുന്നു അച്ഛൻ. യാന്ത്രികമായി ജന്മിയുടെ കൽപ്പനകൾ അനുസരിച്ചിരിക്കേണ്ടിവന്ന കാര്യസ്ഥന്റെ ധർമ സങ്കടങ്ങൾ കോയാടന്റെ ഓർമയിൽ

ഒളിമങ്ങാതെ നിൽക്കുന്നുണ്ട്. കല്ലേ പിളർക്കുന്ന കൽപ്പനകളെ അനുസരിക്കുക മാത്രമേ കാര്യസ്ഥന് നിർവാഹമുള്ളൂ. ഈ സംഭവങ്ങളെല്ലാം നാരായണന്റെ ബാല്യകാല ഓർമകളിൽ നാടുവാഴിവിരുദ്ധ വൻമരത്തിന്റെ വിത്തുപാകുകയായിരുന്നു.

സഹജീവികളോട് കരുണകാട്ടിയതായിരുന്നു നാരായണന്റെ ബാല്യകാലം. ദാരിദ്ര്യത്തിലും വറുതിയിലും നെല്ല് വറുത്ത് കഞ്ഞി കഴിച്ച നിഷ്കളങ്കനായ ഒരു കർഷകന്റെ മകന് തന്റെ നാടിന്റെ പട്ടിണിയുടെ കാരണങ്ങൾ അന്വേഷിക്കാതിരിക്കാൻ സാധിച്ചില്ല. കാതിലൊരു കടുക്കനുമായ് കുടിപ്പള്ളിക്കൂടത്തിലേക്ക് പോയ നാരായണൻ പഠനകാര്യങ്ങളിൽ അതി സമർഥനായിരുന്നില്ലെങ്കിൽക്കൂടി പിറകിലായിരുന്നില്ല. ജന്മി ചൂഷണങ്ങളുടെ കഥകൾ കേട്ടുകൊണ്ടാണ് അവൻ വളർന്നത്. തീരാ ദുരിതങ്ങളുടെ കർക്കിടകപ്പെയ്ത്താണ് ഓരോ ഓലക്കുടിലിലും ഒലിച്ചിറങ്ങിയത്.

പട്ടിണി മാത്രമായിരുന്നില്ല അക്കാലങ്ങളിൽ, ലൈംഗിക ചൂഷണവും ജന്മി അധികാരംപോലെ കൊണ്ടുനടന്നിരുന്നു. വയസറിയിച്ച പെണ്ണിനെ കഴുകൻ നോട്ടങ്ങളുമായി കാര്യസ്ഥന്മാർ കൊത്തിവലിച്ചത് അന്ന് അതിശയമായിരുന്നില്ല. തന്റെ കുടിയാന്മയിൽ പൂത്തുലയുന്ന ഏത് ഉൽപ്പന്നത്തെയുംപോലെ-- വാഴക്കുലയോ ചേനയോ ചേമ്പോ കുമ്പളങ്ങയോ പോലെ— വെട്ടിയെടുത്ത് യുവതികളുടെ ചാരിത്ര്യത്തെയും ജന്മിയുടെ കാളക്കണ്ണുകൾക്ക് മുന്നിൽ നിവേദിക്കേണ്ടിവന്ന കർഷക പിതാവിന്റെയോ സഹോദരന്മാരുടെയോ ഭർത്താവിന്റെയോ ഹൃദയത്തിൽ നിന്ന് ഒഴുകിപ്പരന്ന ആത്മസംഘർഷങ്ങളിൽനിന്നും കോയാടനെപ്പോലെയുള്ള ഒരു യുവാവിനും വിപ്ലവകാരിയാകാതിരിക്കാൻ സാധിക്കില്ലായിരുന്നു. ഇത്തരം കാലഘട്ടത്തെക്കുറിച്ച് എ കെ ജിയുടെ *എന്റെ ജീവിത കഥ*യിൽ ഇങ്ങനെ പറയുന്നു:

> ഇരിട്ടിക്കടുത്ത പടിയൂർ എന്ന സ്ഥലത്ത് ഒരു കർഷകയോഗം ചേർന്നു. ഈ യോഗം തടയാൻ ജന്മികളും പൊലീസും വട്ടംകൂട്ടി. എ എസ് പിയും സർക്കിൾ ഇൻസ്പെക്ടറും പൊലീസുകാരും മുൻകൂട്ടിത്തന്നെ യോഗസ്ഥലത്തെത്തി. അവിടെ യോഗം കൂടുന്നതിന് സ്ഥല ഉടമ എതിരാണെന്ന് പ്രഖ്യാപിച്ചു. അക്കാര്യങ്ങൾ ഞാൻ നോക്കിക്കൊള്ളാമെന്നും പൊലീസ് ഇക്കാര്യത്തിൽ ഇടപെടുന്നത് ശരിയല്ലെന്നും ഞാൻ പറഞ്ഞു. കർഷകരും ഉഷാറായി. അവരുടെ ഭയം മാറി. സ്ഥലത്തെ വലിയ ജന്മികുടുംബത്തിലെ ഒരംഗം ഒരു ദിവസം തന്റെ സ്ഥലത്ത് പാർത്തിരുന്ന കുടിയാന്റെ മകളെ വിളിച്ചുകൊണ്ടുവരാൻ ഒരാളെ പറഞ്ഞയച്ചു. 'അവർക്ക് കണ്ണിന് സൂക്കേടാണെന്ന്' കർഷകൻ പറഞ്ഞയച്ചു. "കണ്ണുകൊണ്ടല്ല ആവശ്യം അതുകൊണ്ട് അവളെ പറഞ്ഞയക്ക്" എന്നായിരുന്നു മറുപടി. അവർക്ക് ജന്മിയുടെ കൽപ്പന അനുസരിക്കേണ്ടിവന്നു.

> കുറെ ദിവസത്തിനുശേഷം അവരുടെ കണ്ണ് പഴുത്ത് ചീഞ്ഞ് കാഴ്ച നഷ്ടപ്പെട്ടു. ഇതു ശരിയല്ലേ എന്ന് ഞാൻ ചോദിച്ചപ്പോൾ അവളുടെ അച്ഛനായ കൃഷിക്കാരൻ മറുപടി പറഞ്ഞു, "അതേ അവൾ എന്റെ മകളാണ്." കർഷകർ പരസ്യമായി ജന്മിയുടെ മർദനത്തെ എതിർക്കാൻ തുടങ്ങി (*എന്റെ ജീവിതകഥ*. അധ്യായം- 9 *പണിമുടക്കും കേസുകളും*. പേജ് 108).

ഇത്തരം കാടൻ അനീതികൾക്ക് അറുതിവരുത്താനുള്ള പ്രത്യയശാസ്ത്രം കമ്യൂണിസമാണെന്ന് കൃഷ്ണപിള്ളയും ഭാരതീയനും കേരളീയനും 'ഭാസ്കരൻ മാഷും' പഠിപ്പിച്ചപ്പോൾ അതുൾക്കൊള്ളാൻ കോയാടന് അതിവേഗം സാധിച്ചു.

കോയാടന്റെ രാഷ്ട്രീയ പ്രവേശനം കുടുംബത്തിലും നാട്ടിലും വലിയ സംഭവമാകുകയായിരുന്നു. അച്ഛന്റെ മരണശേഷം കുടുംബഭാരം ഏൽക്കേണ്ടിവന്ന 13 കാരന് ജന്മിയുടെ വിദ്വേഷത്തിന് മുന്നിൽ പിടിച്ചു നിൽക്കാനായില്ല. ഇതോടെ കോയാടൻ ഊരത്തൂരിലെ താമസം മതിയാക്കി. തൊട്ടടുത്ത ഗ്രാമമായ പരിക്കളത്തെ അമ്മാവന്റെ വീട്ടിലേക്ക് ചേക്കേറി. നാട്ടിൽ ക്ഷുഭിത യൗവനത്തിന്റെ തീപ്പൊരി വിതറിയ കോയാടന്റെ നിഷ്കാസനം ജന്മിയോടുള്ള അമർഷമായി ജനങ്ങളിൽ രൂപപ്പെട്ടു. ഇതേക്കുറിച്ച് കോയാടൻ ഒരു അഭിമുഖത്തിൽ ഇങ്ങനെ പറഞ്ഞു:

> ഒറ്റമുണ്ടുടുത്ത് ഒറ്റ പോക്കാണ്. കുമാരൻ ഇടയ്ക്ക് ചിറ്റാരിപ്പറമ്പിലേക്ക് പോകും. പിന്നെ നാട്ടില് കാര്യായിട്ട് ആരുമില്ല. ഭാരതീയന്റെയും കേരളീയന്റെയും ജാഥ പോയശേഷം ജന്മിക്ക് വല്ലാത്ത ദേഷ്യാരുന്നു. ജാഥന്നെ വല്യേ സംഭവമാണല്ലോ... കാട്ടിലൂടെ മുദ്രാവാക്യം വിളിച്ച് നൂണ്ട് കേരീറ്റ് ഊത്തൂരിലെത്തിയ ജാഥനെ നമ്മള് നന്നായി സ്വീകരിച്ചെങ്കിലും പിന്നങ്ങോട്ട് ജന്മീന്റെ ഗുണ്ടകള് തുരത്തുകയായിരുന്നില്ലേ... എവിടെങ്കിലും വിശ്രമിക്കാനോ അരിവെന്ത വെള്ളം കുടിക്കാനോ ആരെങ്കിലും സൗകര്യം ചെയ്ത് കൊടുക്കുമോ? ശാദുലീം കൂട്ടരുമാണ് അവസാനം വിശ്രമിക്കാനൊരിടം തന്നത്. അങ്ങനെ നാട്ടിലും കല്യാട്ടും നിക്ക്യക്കള്ളി ഇല്ലാത്ത സമയത്താണ് ഞാൻ പരിക്കളത്ത് ദാറൂട്ടിയമ്മോന്റെ വീട്ടിലേക്ക് പോയത്. ജന്മി എന്നെ നാടുകടത്തിയതാണെന്ന നിലയിൽ നാട്ടിൽ പാട്ടും ഉണ്ടായി. കഷ്ടമെശമാന ന്യായമാണോ നാടുകടത്തീല്ലേ കോയാടനെ...

4

"ആറ്... ആറ്"

ഒരു നാടിന്റെ സംസ്കാരം ആ നാട്ടിലെ ജനത എങ്ങനെ ഒരു നാടകത്തെ സ്വീകരിക്കുന്നു എന്നതിനെ ആശ്രയിച്ചാണിരിക്കുന്നതെന്ന വിശ്വവിഖ്യാതനായ നാടകക്കാരൻ ബ്രഹ്ത് സിദ്ധാന്തിക്കുന്നു. തനി ഗ്രാമീണരായ സാഹിത്യമെന്നു പറയുന്നത് പുരാണ കഥകൾ മാത്രമായി പരിഗണിച്ചിരുന്ന ഒരു ജനതയുടെ മുന്നിലേക്ക് എങ്ങനെയാണ് ഒരു നാടകം സമരരൂപമായി പ്രകാശിപ്പിക്കാനാവുക? ഈ ചോദ്യത്തെ സർഗാത്മകതയുടെ അരണിയിലിട്ട് കടഞ്ഞ് പോരാളികൾ രംഗത്ത് അവതരിപ്പിച്ച നാടകമായിരുന്നു *ഉഷാനിരുദ്ധം*. വെള്ളരി നാടകങ്ങളുടെ ഒരു കാലത്താണ് കേവല നാട്ടുപൊറാട്ടുകളായി അധ:പതിച്ചേക്കാവുന്ന ഒരു നാടകത്തെ സമരരൂപത്തിന്റെ രംഗഭാഷയിലേക്ക് ക്രമീകരിക്കാൻ പോരാളികളായ അവർക്ക് സാധിച്ചത്. കൊയ്ത്തു കഴിഞ്ഞ് മേലാട ഇല്ലാതെ കിടക്കുന്ന വയലുകളിൽ പുരാണങ്ങളെയും നാടൻ കലകളെയും ആസ്പദമാക്കി കേവലമായൊരു 'വെള്ളരികാവൽ' എന്ന നിലയിൽ മാത്രം അവതരിപ്പിച്ചിരുന്നൊരു നാടകം ഒരു സാമൂഹ്യലക്ഷ്യത്തിന്റെ മറുകര തേടൽ ആവുന്നത് അപൂർവമായ അനുഭവമാണ്. ചമ്മഞ്ചേരി കുട്ട്യപ്പ നമ്പ്യാരും കോയാടനും പി കുമാരനും കവളാൻ അനന്തനും, പൂന്തേൻ കുഞ്ഞമ്പുവും തുടങ്ങിയ കലാകാരന്മാരെല്ലാം ചേർന്ന് ബാണന്റെ പുത്രി ഉഷയുടെയും ശ്രീകൃഷ്ണപൗത്രൻ അനിരുദ്ധന്റെയും പ്രണയകാലത്തിന്റെ കഥ നാടകമാക്കുകയുണ്ടായി. മീനം 20 ന് ഊരത്തൂർനാട് സന്തോഷത്തിമിർപ്പിലായിരുന്നു. ഒരു നാടകം നാടിനാകെ കൂട്ടായ്മയും ഉത്സാഹവും സൃഷ്ടിക്കുമെന്ന് നമ്മുടെ നാടനുഭവിച്ചതാണല്ലോ. 'നാട്ടിനകം നാടകം' നാടിന്റെ അകം തന്നെയാണ് നാടകം. തറയൊരുക്കലും സ്റ്റേജ് നിർമാണവും തകൃതിയായി നടന്നു. ഓലകൊണ്ടു മറച്ച ഗ്രീൻ റൂമിന് പിറകിൽ ആടയാഭരണത്തിന്റെയും മറ്റും നിർമാണം ആരംഭിച്ചു.

പാളയും പാലമരത്തിന്റെ കഷണങ്ങളും എല്ലാം പെയിന്റണിഞ്ഞ ആഭരണങ്ങളായപ്പോൾ ഒരു കൗതുകക്കാഴ്ച തന്നെയാണ് സമ്മാനിച്ചത്. രംഗത്ത് ഒളിവെട്ടുന്ന തങ്കക്കിരീടം ഇത്തരം മരക്കോപ്പുകളാണെന്ന് കാണികൾ അറിഞ്ഞതേയില്ല.

അതിസുന്ദരിയായ ഉഷയെ ചേതോഹരിയാക്കാൻ രണ്ടു ചിരട്ടകളന്വേഷിച്ച് പോയതും പഴം മുറിച്ച് മുഖത്തുരച്ച് അതിൽ ഉമിക്കരി വിതറി താടിയാക്കി കരുതലോടെ മുഖത്തുതൊടാതെ രംഗത്ത് ആടിയതുമെല്ലാം പഴയകലാകാരന്മാരുടെ നാടക ചർച്ചകളാണ്. പെട്രോൾ മാക്സിന് കാറ്റടിച്ച് കാറ്റടിച്ച് ഏതോ സമയത്ത് തീയൊന്ന് ആളിയപ്പോൾ ഉള്ള മുറിമീശയും കരിഞ്ഞത് ചമ്മഞ്ചേരി കുട്ട്യപ്പയെപ്പോലെയുള്ളവരുടെ ഓർമക്കൂടുകളിലെ നർമപ്പൊതികളാണ്. സന്ധ്യയാകുമ്പോൾ 'ചൂട്ട്'യും കത്തിച്ച് നാടകക്കാഴ്ചകൾ കാണാൻ അമ്മയുടെയും സഹോദരന്റെയും പിറകെ വരുന്ന നാടൻ തരുണികളുടെ മനസിലെ ഉജ്ജ്വല നായകരായിരുന്നു ഈ നാടക നായകന്മാരെന്ന് തെല്ല് പുളകത്തോടുകൂടി തന്നെയാണ് നാടക പ്രവർത്തകർ അനുസ്മരിച്ചിരുന്നത്. കാട്ടാളനെ കെട്ടിയതിനാൽ കാട്ടാളൻ നാരായണൻ എന്നും അക്ബറെ കളിച്ചാൽ അക്ബർ കിട്ടനെന്നും ബാണനായാൽ ബാണൻ രാമനെന്നും നാടകം സമ്മാനിച്ച വിളിപ്പേര് തെല്ലൊരു അഭിമാനത്തോടുകൂടിയാണ് അവർ കേട്ടത്. ഈ നാടക ഉണർവിന്റെ കാലത്ത് നാടകത്തെ ഒരു സമരായുധമാക്കി മാറ്റാൻ ഊരത്തൂരിലെ കർഷകസംഘം മുൻകൈയെടുത്തു.

സ്റ്റേജിനു മുന്നിൽ കുട്ടികൾ അക്ഷമരായി. പഴംതുണികൾ തുന്നിക്കൂട്ടിയ കർട്ടന്റെ മുന്നിൽ കല്യാട്ട് യശ്മാന്റെ കുടുംബാംഗം അപ്പു നമ്പ്യാർ ഉൾപ്പെടെയുള്ളവർ ഡ്രൈവർ അനന്തനെപ്പോലെയുള്ള ഗുണ്ടകളോടൊത്ത് പുണ്യപുരാണ നാടകം കാണാൻ സദസിന്റെ മുന്നിൽ ഉണ്ടായിരുന്നു. കർട്ടൻ നീങ്ങുകയും മറപ്പാട്ട് ആരംഭിക്കുകയും ചെയ്തു.

''മാന്യസദസ്സന്മാർ തിങ്ങി വിങ്ങുന്നോരു
മാന്യ സഭക്കോതുന്നേൻ വന്ദനം
വിനീതരായി ഞങ്ങൾ
കേവലം വിദ്യാവിഹീനന്മാരായുള്ള
നാടന്മാർ സംഭ്രമം
കേവലം കേടൊന്നകറ്റീടണം
ശ്രീ ഗുരുവേ പാദാരവിന്ദാശ്രയം.''

ഉഷാനിരുദ്ധത്തിലെ കഥകൾ വ്യാഖ്യാനവും ഉൾപ്പിരിവും ഇല്ലാതെ രംഗത്ത് സരളമായി ഒഴുകിയെത്തി. നടന്മാരുടെ അഭിനയശേഷി നാട്ടുകാരെ കോരിത്തരിപ്പിച്ചു. രണ്ടാമങ്കം ഏറെ ധ്വനി പാഠങ്ങളോടുകൂടിയതായിരുന്നു. കാട്ടാളൻ വേദിയിലെത്തി അലറിപ്പറഞ്ഞു:

''ഏതൊരു നരകീടൻ എന്റെ പേരിഹ ചൊല്ലി വിളിക്കുന്നു
പോർവിളി അതുപോലൊരു വിളി
ആരവൻ വിളിയാൽ എൻ മുന്നിൽ നിൽക്കേ

തല്ലി അവന്റെ തല ഉടച്ചിടാൻ,
കൊല്ലുവാൻ എൻ കരം തരിച്ചിടുന്നു''

കാട്ടാളന്റെ രോഷം ബാണാസുര കഥയിലെ കാട്ടാളന്റെ രോഷമായിരുന്നില്ല. മറിച്ച് സമരത്തോട്, പോർവിളിയോട്, കാർഷിക മുന്നേറ്റത്തോട് അസഹിഷ്ണുതയുള്ള കമ്മാരൻ എന്ന എശ്മാന്റെ ധ്വരയുടെ ചുരമാന്തലായിരുന്നു. രംഗപാടങ്ങൾക്ക് തീപിടിക്കുന്നത് സദസിനെ ഇളക്കിമറിച്ചു. ഉഷാനിരുദ്ധത്തിൽ എങ്ങനെ ഊരത്തൂരിന്റെ കഥ? പുണ്യപുരാണ കഥയിൽ എവിടെ കർഷകവിലാപം? കാണികൾ പരസ്പരം നോക്കി. ബാണ നിഗ്രഹം ജന്മി നിഗ്രഹമായി വ്യാഖ്യാനിക്കാനുള്ള നാടകകൃത്തിന്റെ രാഷ്ട്രീയ ലക്ഷ്യത്തെ തിരിച്ചറിഞ്ഞ ജന്മി ഗുണ്ടകൾ മദ്യത്തിന്റെ പിൻബലത്തിൽ ആദ്യം പെട്രോൾമാക്സ് എറിഞ്ഞുകെടുത്തി. ആകെ പുകമയം... അക്രമികൾ ഒരുങ്ങി. ഡ്രൈവർ അനന്തനും കുപ്പിക്കിട്ടനും പടച്ചോൻ നാരായണനും എന്തിനും തയാറായി രംഗത്തെത്തി. ഇരുളിൽ നാടക പ്രവർത്തകരെയും പൊതുജനങ്ങളെയും പൊതിരെ തല്ലി. നാടക സംഘാടകരായ കോയാടനും പി കുമാരനും അൽപ്പനേരം സംഭ്രമിച്ചു... പിന്നെ പൊരിഞ്ഞ പോരാട്ടമായി. കോയാടനും പി കുമാരനും പൂന്തേൻ കുഞ്ഞമ്പുവും ശാദുലിയും കണിശൻ നാരായണനും കുട്ട്യപ്പയും എല്ലാം ഒരുമയോടെ ജന്മി ഗുണ്ടകളെ നേരിട്ടു. ആരെയോ തല്ലുന്നു. ആർക്കൊക്കെയോ തല്ലുകിട്ടുന്നു. ഗുണ്ടകൾ പരസ്പരം തല്ലാതിരിക്കാൻ ഒരു കോഡ് ''ആറ്... ആറ്...'' അവർ ഉച്ചത്തിൽ വിളിച്ചു. 'ആറ്' വിളിയുടെ യുക്തി തിരിച്ചറിഞ്ഞ കോയാടനും കുമാരനും ഉൾപ്പെടെയുള്ളവർ ആക്രമണത്തെ പ്രതിരോധിച്ചു. കുമാരൻ 'ആറ്' എന്ന് പറയുകയും 'ആറ്' എന്നു പറഞ്ഞ ഡ്രൈവർ അനന്തന്റെ തല തല്ലിക്കീറുകയും ചെയ്തു. കരുത്താർന്ന കോയാടനും ദീർഘനേരം പോരാടി. സ്ത്രീകളും കുട്ടികളും നിലവിളിച്ചുകൊണ്ട് പരക്കംപാഞ്ഞു. ചിലയാളുകൾ ഓടി കുന്നുകയറി. ചിലർ കിണറ്റിൽ വീണു. കോയാടൻ അഭിമുഖത്തിൽ പറഞ്ഞു, ''കിണറ്റിൽ വീണ കപ്പിക്കിട്ടനെ കയറ്റാൻ പിറ്റേന്ന് കപ്പിതന്നെ വേണ്ടിവന്നു.'' ക്ഷീണത്താൽ രാവിലെ നമ്മളെല്ലാം കോയാടൻവീട്ടിൽ വിശ്രമിക്കുമ്പോൾ വഴിതെറ്റിയ ഡ്രൈവർ അനന്തൻ വന്നുപെട്ടത് നമ്മുടെ മുന്നിലാണ്. പിന്നെന്താണ് ഉണ്ടായിട്ടുണ്ടാവുകയെന്ന് ഊഹിക്കാമല്ലോ? ഡ്രൈവർ അനന്തനെ വണ്ടിയിൽ തന്നെയാണ് പിന്നെ കൊണ്ടുപോകേണ്ടിവന്നത്. ഞങ്ങൾ വെറുതെയിരുന്നില്ല. പരോക്ഷമായിട്ട് രാഷ്ട്രീയം പറഞ്ഞ നാടകത്തോട് ജന്മി ഇങ്ങനെയാണ് പെരുമാറിയതെങ്കിൽ പ്രത്യക്ഷമായ നാടകം തന്നെയെന്ന് നമ്മള് തീരുമാനിച്ചു. നാടകത്തിന് ഒരു പേരും ഇട്ടു. അതിന്റെ നോട്ടീസ് തായത്ത് വീടിന്റെ മുന്നിൽ ഒട്ടിക്കുകയും ചെയ്തു. നാടകത്തിന്റെ പേര് *കമ്മാരവധം* എന്നാണ്. ഊരത്തൂരിൽത്തന്നെ നാടകം വച്ചു. ജനങ്ങൾ ആർത്തിരമ്പി വന്നു. ലക്ഷ്യം നാടകം കലക്കികളെയായിരുന്നു. അന്ന് കോപ്പും മെയ്ക്കപ്പും ഒന്നും അല്ല നമ്മൾ തയാറാക്കിയത്, ചെത്തി മിനുക്കിയ കുണ്ടൻ വടികളായിരുന്നു.

സ്റ്റേജിലും പുറത്തും കൂനകൂട്ടിയ കല്ലായിരുന്നു. ഒരു നാടിന്റെ രോഷം അനുഭവിക്കാനുള്ള ഭാഗ്യം അന്ന് കമ്മാരന്റെ ഗുണ്ടകൾക്ക് ഉണ്ടായില്ല. നാടകം കലക്കൽ കർഷകസമരത്തെ കൂടുതൽ തീവ്രമാക്കി. ഇതിനെ തുടർന്ന് ജന്മി നാടകക്കേസ് പ്ലാൻ ചെയ്തു. കോയാടൻ ഒന്നാം പ്രതിയും കുമാരനും കുട്ട്യപ്പ നമ്പ്യാരും മറ്റു പ്രതികളുമായി ആ കേസ് കുറേക്കാലം നീണ്ടുനിന്നു.

കലയെയും സാഹിത്യത്തെയും ഉല്ലാസവേളകളെപ്പോലെ ഉത്സാഹഭരിതമാക്കാനല്ല ആ കാലത്തിന്റെ പോരാളികൾ ഉപയോഗിച്ചത്. അച്ചിചരിതവും നങ്ങേമ ചരിതവും അശ്ലീല സാഹിത്യവും സാഹിത്യരംഗത്ത് ആധിപത്യം വഹിച്ചപ്പോൾ കാലത്തോടു കലഹിക്കുന്ന കർമസാക്ഷിയായ കലയെ കേരളത്തിലാകെ ഉയർത്തിവിടാൻ കമ്യൂണിസ്റ്റ് പ്രസ്ഥാനത്തിന് സാധിച്ചു. *പാട്ടബാക്കി*യും *മണ്ണിന്റെ മാറിലും കൂട്ടുകൃഷി*യും *മുത്തശ്ശി*യും എങ്ങനെയാണ് നമ്മുടെ വിമോചന പോരാട്ടത്തിന്റെ സാഹിത്യരൂപമായി മാറിയതെന്ന് മലയാളി അനുഭവിച്ചറിഞ്ഞിട്ടുണ്ട്. നല്ല കലാകാരനല്ലെങ്കിലും കലയുടെ ഈ സാധ്യതയെ തങ്ങളുടെ പ്രത്യയശാസ്ത്ര സാഫല്യത്തിനായി കോയാടനെപ്പോലെയുള്ള ഉത്തമനായ പോരാളി ഉപയോഗിച്ചത് സവിശേഷ പരിശോധന അർഹിക്കുന്നതാണ്.

5

ചുവന്ന ഫർക്കയുടെ രക്തസാക്ഷി

കൃഷ്ണപിള്ളയുടെ നിർദേശം ഏറ്റെടുത്തുകൊണ്ടാണ് 'ഭാസ്കരൻ മാഷ്' ബ്ലാത്തൂരിലെത്തുന്നത്. കല്യാട് ജന്മിയുടെ ആശ്രിത സമൂഹമായി ജീവിച്ചിരുന്ന ബ്ലാത്തൂരിലെ ജനങ്ങൾ... ആ ജനങ്ങളുടെ ഇടയിൽ പ്രവർത്തിക്കാൻ അവർക്ക് വിദ്യാഭ്യാസം നൽകാൻ ജോൺ ആറാമനെ സ്തുതിച്ചിരുന്ന പ്രഭാത ഗീതങ്ങൾക്കുപകരം വിദ്വാൻ പി കേളുനായരുടെ,

''സ്മരിപ്പിൻ ഭാരതീയരെ,
നമിപ്പിൻ മാതൃഭൂമിയെ,
ത്യജിപ്പിൻ ജാത്യാഭിമാനം,
ഭജിപ്പിൻ ഐക്യസോപാനം
തിരിപ്പിൻ കൈമര റാട്ടേ
ഈ പഞ്ഞം തീരുമാറാട്ടെ''

എന്ന പ്രഭാത ഗീതം ആലപിക്കുന്ന സ്കൂളുകൾ പടുത്തുയർത്താൻ കോയാടന്റെ നേതൃത്വത്തിൽ കർഷകസംഘം തീരുമാനിച്ചിരുന്നു. പി കുമാരനും ഭാസ്കരൻ മാഷും ആ നിയോഗം ഏറ്റെടുത്തു. എന്നാൽ കല്യാട് യശ്മാൻ ഈ പള്ളിക്കൂടം കത്തിച്ചുകളയുകയാണ് ചെയ്തത്. എന്നാൽ ഉടൻതന്നെ കോയാടനും പി കുമാരനും ഭാസ്ക്കരൻ മാഷും എൻ നാരായണനും പി നാരായണൻനമ്പ്യാർ, കെ കുഞ്ഞമ്പുമാസ്റ്റർ, മനത്താനത്ത് രാമൻ തുടങ്ങിയവരുടെയും നേതൃത്വത്തിൽ വീണ്ടും സ്കൂൾ പടുത്തുയർത്തി. ഒ പി അനന്തൻമാഷും കെ പി കുഞ്ഞിക്കണ്ണൻമാഷും ഉൾപ്പെടെയുള്ളവർ അവിടെ പഠിപ്പിച്ചു. ബ്ലാത്തൂരിലെ ജനതയ്ക്ക് കല്യാട് യശ്മാന്റെ കീഴിൽ തിക്താനുഭവങ്ങളാണ് ഉണ്ടായിരുന്നത്. ജാതീയ അടിച്ചമർത്തലും ഉണ്ടായിരുന്നു. താഴത്തുവീട്ടിൽ നടക്കുന്ന വിവാഹം, ചോറൂണ് തുടങ്ങിയ വിശേഷ വേളകളിൽ സംബന്ധിക്കാറുള്ള ജനങ്ങൾ '

ഏരുവാൻ' എന്ന ജാതിയിൽപ്പെട്ടവരായിരുന്നു. അക്കാലത്തെ ജന്മിയുടെ സംഭാഷണം പള്ളിയത്ത് ഓർക്കുന്നു. 'ഏരുവാന്മാർക്ക് ഇലയിട്ട്... എലിശ്ശേരിക്ക് വെള്ളം കൂട്ട്' ജാതി നിന്ദയുടെ ക്രൂരമായ ഫലിതമാണിത്. എന്റെ കാതുകളിൽ ഇന്നും മുഴങ്ങുന്നു ''കോയാടൻ അനുയായി എന്ന നിലയിൽ കൗമാരം വിട്ടില്ലെങ്കിലും സ്വതന്ത്ര്യ സമരത്തിലും കർഷക സമരത്തിലും പങ്കെടുത്ത പള്ളിയത്ത് കുഞ്ഞിക്കണ്ണനെ പോലെയുള്ള നേതാക്കൾ കയ്ക്കുന്ന കാലത്തെ ഓർമിച്ചെടുക്കുന്നു. "ജാതിഭേദമെന്യേ എല്ലാ വീടുകളിലും കയറിയിറങ്ങി എല്ലാവരുടെ പ്രശ്നങ്ങളിലും ഇടപെടാൻ കഴിയുന്ന നേതാവാണ് ഭാസ്കരൻ മാഷ്.. സുബ്രഹ്മണ്യ ഷേണായ് എന്ന് പറയുന്നയാളെ കേട്ടതല്ലാതെ നേരിൽ കണ്ടവരാരും ഊരത്തൂരിലും സമീപങ്ങളിലും ഉണ്ടായിരുന്നില്ല. പിന്നീടാണ് ഭാസ്കരൻ മാഷ് തന്നെയാണ് ഷേണായ് എന്ന് നാട്ടുകാർ മനസിലാക്കിയത്.''

ഇരിക്കൂർ ഫർക്കയിൽ പുനം കൃഷി ഇറക്കാൻ കർഷകർ മുന്നിട്ടിറങ്ങിയ കാലം, യുദ്ധകാല വറുതിയിൽനിന്ന് മോചിപ്പിക്കാനും ഭക്ഷ്യോൽപ്പാദനം കൂട്ടാനും കർഷകസംഘം തീരുമാനിച്ചിരുന്നു. ബ്ലാത്തൂരിലെ കർഷകസംഘം പ്രവർത്തനങ്ങൾക്ക് ഉശിരാർന്ന നേതൃത്വമാണ് പി നാരായണൻനമ്പ്യാർ നൽകിയത്. വണ്ണാത്തി മാറ്റ് വിലക്കലും മറ്റ് അനാചാരങ്ങൾക്കുമെതിരെ ധീരോദാത്തം പി നാരായണൻനമ്പ്യാർ പൊരുതി. ഈ കൂസാത്ത പ്രകൃതവും തലയെടുപ്പും സമര സാഹസ സന്നദ്ധതയും പി നാരായണൻനമ്പ്യാരെ കല്യാട്ട് യശ്മാന്റെ നോട്ടപ്പുള്ളിയാക്കി മാറ്റിയ കാര്യം ഷേണായ് കൃത്യമായി തിരിച്ചറിഞ്ഞിരുന്നു. പി നാരായണൻനമ്പ്യാരോട് ഗോപ്യമായി ഷേണായ് ഓർമിപ്പിച്ചതും അതായിരുന്നു. "സൂക്ഷിക്കണം, നാരായണൻ ജന്മിമാരുടെ ഒരു പൊറുതികേടാണ്. ഒറ്റക്ക് ചുറ്റിസഞ്ചരിക്കരുത്..." പക്ഷേ, 1946 സെപ്തംബർ 23ന് ജന്മിയുടെ ഗുണ്ടകൾ പി നാരായണൻ നമ്പ്യാരെ കഴുത്തിൽ തോർത്തുമുണ്ട് മുറുക്കി ചതിയിൽ കൊലപ്പെടുത്തി. ആ ധീര ദേശാഭിമാനിയെ ചമ്പകശ്ശേരി വീട്ടുകിണറ്റിൽ എറിയുകയായിരുന്നു. സമാനതയില്ലാത്ത ഈ ക്രൂരത ബ്ലാത്തൂർ ജനത ഞെട്ടലോടെയാണ് നോക്കിക്കണ്ടത്. കോയാടന്റെയും പി കുമാരന്റെയും മനസിൽ ജന്മിത്വത്തിനെതിരെയുള്ള പോരാട്ടത്തിന് രോഷാഗ്നി ആളിക്കത്തിച്ചു. തന്റെ സഹപ്രവർത്തകനെ ജന്മി ഗുണ്ടകൾ കൊലപ്പെടുത്തിയത് കൂടുതൽ ജാഗ്രതയോടെയുള്ള പ്രവർത്തനത്തിന് ആവശ്യമാണെന്ന് ഓർമിപ്പിച്ചു. ജന്മിയോടുള്ള അടങ്ങാത്ത അമർഷത്തിന്റെ സമരതീച്ചൂളയിലേക്ക് ഓരോ കൃഷിക്കാരനെയും ആത്മാഭിമാനമുള്ള മനുഷ്യനെയും ആഞ്ഞടുപ്പിക്കാൻ പ്രേരണയായത് ഇത്തരം സംഭവങ്ങളായിരുന്നു. രക്തസാക്ഷിയുടെ മരണാനന്തര ചരിതങ്ങളിൽനിന്നുമാണ് സമരങ്ങൾ പൂത്തുലയുന്നത്. ''ആ സമരഗാനം കേട്ടാൽ ആഴി പെരുമ്പറയടിക്കും, മത്സ്യങ്ങൾപോലും നിശ്ശബ്ദരാകും, പ്രേമത്തലയിൽ ചൂടുവാനായ് സൂക്ഷിക്കാറുള്ള ഓരോ പനിനീർപ്പൂക്കളും ആ യോദ്ധാക്കളുടെ പാദാശ്വാസത്തിനായാണ് വിതറേണ്ടത്''.

1946 ഒക്ടോബർ 17നാണ് ബ്ലാത്തൂർക്കാരുടെ പ്രിയപ്പെട്ട ഭാസ്കരൻ മാഷ്, വാറണ്ട് പിൻവലിച്ച വാർത്ത റേഡിയോവിൽ കേട്ടത്. അന്നുതന്നെ നാട്ടിലേക്ക് പോകാൻ ഒരുങ്ങി. ബ്ലാത്തൂരിലെ സഖാക്കളുടെയും കോയാടന്റെയും സ്നേഹമസൃണമായ നിർബന്ധത്തിന് വഴങ്ങിയാണ് അവിടെ തങ്ങാൻ തീരുമാനിച്ചത്. അന്നാണ് താൻ ഭാസ്കരൻ മാഷല്ലെന്നും സുബ്രഹ്മണ്യഷേണായി ആണെന്നും നാടകീയമായി നാടിനെ അറിയിച്ചത്. അതിനുശേഷം കിഴക്കേക്കര സ്കൂളിൽവച്ച് വികാരനിർഭരമായ യാത്രയയപ്പും സ്വീകരണവും സുബ്രഹ്മണ്യഷേണായിക്ക് നൽകി. സ്ത്രീകളും അമ്മമാരും സ്നേഹത്തോടെ കെട്ടിപ്പിടിച്ചുകൊണ്ടാണ് യാത്രയയപ്പ് നൽകിയത്. ഒരു വിപ്ലവകാരിയെ എങ്ങനെയാണ് കർഷക ജനത സ്വീകരിക്കുക എന്നതിന്റെ ലക്ഷണമായി അത്. ഇന്നും ബ്ലാത്തൂരുകാരുടെ മനസിൽ കമ്യൂണിസ്റ്റുപാർട്ടി നേതാക്കളെ ഹൃദയവായ്പ്പോടുകൂടി സ്വീകരിക്കുന്ന സരളഗ്രാമീണത നിലനിൽക്കുന്നുവെന്നത് അത്യന്തം ആഹ്ലാദകരമായ അനുഭവമാണ്.

6

ഡിസംബർ.... ഡിസംബർ

അസ്ഥികളെ തുളഞ്ഞുകയറുന്ന തണുപ്പിൽ ജനങ്ങൾ കോച്ചി വലിച്ച് ഇരിക്കുന്ന സമയം... മനുഷ്യൻ എന്ന അസ്തിത്വത്തെ കിരാതമായ ജന്മിയുടെ മുന്നിൽ അടിമവൽക്കരിക്കാൻ അവർ ഒരുക്കമല്ലായിരുന്നു. തണുപ്പ് അതു വകഞ്ഞു മാറ്റേണ്ടതുതന്നെ... പക്ഷേ, എവിടെനിന്ന് ചൂട് പകരും? ഏത് ഇന്ധനത്തിന്റെ ജ്വലനത്തിലാണ് നാട് ചൂട് പിടിക്കുന്നത്? ഡിസംബറിന്റെ ചോദ്യങ്ങൾ ശീതക്കോട്ടകളെ ചുട്ട് പൊള്ളിച്ചു... ഇനി അടങ്ങിയിരിക്കാൻ ആവില്ല. കയ്യൂരിലും കരിവെള്ളൂരിലും ഉണ്ണാനുള്ള ധാന്യത്തിനുവേണ്ടി സമരം ശക്തമാവുന്നു. ആ ധീരോദാത്ത പുരുഷന്മാർ അവിസ്മരണീയരുടെ ചരിത്രത്തിലേക്ക് നടന്നുകയറുന്നു. നമുക്ക് എന്തു ചെയ്യാനാവും?

കോഴിക്കോട്ടെ ഒരു പഠന ക്യാമ്പിൽ കൃഷ്ണപിള്ള പറഞ്ഞു: “നടുക്കണം.. നന്നായി പ്ലാൻ ചെയ്ത് ജന്മിത്വത്തെ ഞെട്ടിക്കുന്ന ഒരു ഓപ്പറേഷൻ ചെയ്യണം. കനിവില്ലാത്ത കാട്ടാളത്തോട് സമരം ചെയ്യണം. മണ്ണിൽ പണിയെടുക്കാൻ അവകാശം നേടണം.”

കുറ്റിക്കാണമടിസ്ഥാനങ്ങളില്ലാതെ.. പുനം കൃഷി ചെയ്യാൻ ഭൂമി കിട്ടണമെന്ന ആവശ്യം ഇരിക്കൂർ ഫർക്കയിൽ സ. കോയാടന്റെയും എ കുഞ്ഞിക്കണ്ണന്റെയും നേതൃത്വത്തിൽ കർഷകസംഘം മുന്നോട്ടുവച്ചു. എന്നാൽ നാടടക്കിവാണ രണ്ട് ജന്മിമാരും — കാട്ട് രാജാവ് (കരക്കാട്ടിടം നായനാർ), കല്യാട്ട് സിംഹം (കല്യാട് യശ്മാൻ) ഇതു നിഷേധിച്ചു. പാട്ട നിഷേധ മുദ്രാവാക്യം ഉയർത്തി, ശീലക്കാശ് നൽകാതെ കൃഷി ഇറക്കാൻ കർഷക സംഘത്തിന്റെ കീഴിൽ കർഷകർ മുന്നോട്ട് വരുന്നു. ഇവിടങ്ങളിലെല്ലാം പ്യൂണിറ്റീവ് പൊലീസിനെ ജന്മിമാർ ഇറക്കി... ഇതിനെ നേരിടാൻ കർഷകസംഘം ഉറച്ചു. അവർ സുസജ്ജമായ വളണ്ടിയർ സേന രൂപീകരിച്ചു. കുയിലൂരിൽ സ. കോയാടന്റെ നേതൃത്വത്തിലും ബ്ലാത്തൂ

രിൽ പി കുമാരന്റെ നേതൃത്വത്തിലും വളണ്ടിയർ ട്രെയിനിങ് ക്യാമ്പ് ആരംഭിച്ചു. സ. കോയാടന്റെ നേതൃത്വപാടവത്തിന്റെ ഉജ്വല ഏടാണ് കുയിലൂർ ക്യാമ്പ്. 'സഖാവ്' എന്ന വാക്ക് ഒരു ഗ്രാമീണ പോരാളി എത്രമേൽ വ്യാപ്തിയോടെയും മുഴക്കത്തോടെയുമാണ് ഏറ്റെടുത്തിരുന്നത് എന്ന് സഹപോരാളികളിൽ അത്ഭുതാദരങ്ങൾ ഉയർത്തി. ആവേശങ്ങളിൽ വശംകെടാതെയും അഭിപ്രായങ്ങളിൽ സമചിത്തതയോടെയും പരാജയങ്ങളിൽ ഹതാശനാവാതെയും നെടുംകോട്ടപോലെ നട്ടെല്ലുയർത്തി നിൽക്കുന്ന ആത്മ സ്ഥൈര്യമായിരുന്നു കോയാടൻ.

1946 ഡിസംബർ 12 നാണ് കുയിലൂർ ക്യാമ്പ് എം എസ് പി ക്കാർ ആക്രമിച്ചത്. ആക്രമിക്കാനുള്ള ന്യായമായി അവർ പറഞ്ഞത് സമീപപ്രദേശങ്ങളിൽനിന്ന് ചക്കയും മാങ്ങയും സംഘക്കാർ കൊള്ളയടിക്കുന്നു എന്നാണ്. ക്യാമ്പ് കയ്യേറിയ എം എസ് പിക്കാർ സ്ത്രീകളെയും കുട്ടികളെയുംപോലും അക്രമിച്ചു. 7 വളണ്ടിയർമാരെ അറസ്റ്റ് ചെയ്ത് ഇരിക്കൂർ പൊലീസ് സ്റ്റേഷനിലേക്ക് കൊണ്ടുപോയി. കൊണ്ടുപോയി. ഇതിൽ പ്രതിഷേധിച്ച് കോയാടന്റെയും എ കുഞ്ഞിക്കണ്ണന്റെയും നേതൃത്വത്തിൽ മുദ്രാവാക്യങ്ങളുടെ തീത്തലപ്പുമായി ഇരിക്കൂർ പൊലീസ് സ്റ്റേഷനിലേക്ക് അലറിയാർത്തു. അറസ്റ്റ് ചെയ്തവരെ മോചിപ്പിക്കാതെ പിരിയില്ലെന്നവർ ശഠിച്ചു. പൊലീസ് ലാത്തിചാർജ് ആരംഭിച്ചു. മർദനങ്ങൾക്ക് അമർത്താനാവുന്നതല്ല പോരാളികളുടെ വീര്യമെന്ന് പൊലീസ് തിരിച്ചറിഞ്ഞ നിമിഷങ്ങൾ.... തല്ലി തല പൊളിഞ്ഞവർ കോയാടന്റെ നേതൃത്വത്തിൽത്തന്നെ പൊലീസ് സ്റ്റേഷന് മുന്നിൽ കുത്തിയിരുന്നു. വെടിവെക്കുമെന്നായി പിന്നീട് പൊലീസ് ഭാഷ്യം. അതിനും വകവെക്കാതെ വന്നപ്പോൾ ആകാശത്തേക്ക് ഒരു റൗണ്ട് വെടിയുതിർത്തു. നേതാക്കളുടെ പേരിൽ ഇരിക്കൂർ പൊലീസ് സ്റ്റേഷൻ അക്രമിച്ചു എന്ന കേസ് ചാർജ് ചെയ്തു.

ഡിസംബർ 20ന് കരിവെള്ളൂരിൽ തീപിടിച്ച വാർത്ത ജനങ്ങളുടെ കാതിലെത്തി. കരിവെള്ളൂരിന്റെ മണ്ണിൽ സമരം ചോരക്കളമായി എന്നത്. ചോര വാർക്കാതെ നമ്മുടെ മണ്ണിനും മോചനമില്ലെന്ന തിരിച്ചറിവ് പോരാളികൾക്കുണ്ടായി. എല്ലാ മർദനങ്ങൾക്കും അന്തിമമായൊരു വിജയം. അതായിരുന്നു അവരുടെ ലക്ഷ്യം. ഈ ആശയത്തിന്റെ ചട്ടക്കൂടിൽ കൃഷിക്കാരെ സംഘടിപ്പിക്കാൻ സംഘടനാപരവും രാഷ്ട്രീയവുമായ നേതൃത്വമായിരുന്നു സ. കോയാടൻ നൽകിയത്. കമ്യൂണിസ്റ്റിന്റെ കരുത്ത് അറിയിച്ച് പീഡനങ്ങളെയും ഭർത്സനങ്ങളെയും തട്ടിമാറ്റി കോയാടൻ നാടുകളിലൂടെ ഓടി നടന്നു. ജനങ്ങളെ സംഘടിപ്പിച്ചു. പ്രതിരോധത്തിന്റെ വാരിക്കുന്തങ്ങൾക്ക് മൂർച്ച കൂട്ടി. കിട്ടാവുന്ന നാടൻ തോക്കുകൾ നായാട്ടുകാരിൽനിന്ന് ശേഖരിച്ചു. കിട്ടാവുന്ന ഏറുപടക്കങ്ങൾ, കവണകൾ, കല്ലും എല്ലാം സംഘടിപ്പിച്ചു.

വിവരണാതീതമായ വേദനകളിൽനിന്നും അടിച്ചമർത്തലിൽനിന്നും ആത്മവേദനകളെ ഹൃദയത്തിലമർത്തിയ ഒരു ജനത, ചാട്ടവാറടികൾ

ഏറ്റുവാങ്ങേണ്ടിവന്ന ഗ്രാമങ്ങൾ, പുതിയ വെളിച്ചത്തിന്റെ, പുതിയ ദർശനത്തിന്റെ വെളിച്ചവുമായി വിഷാദം വിതയ്ക്കുന്ന കൂരിരുട്ടിനെ വകഞ്ഞുമാറ്റി കാവുമ്പായിയിലേക്ക്... ഊരങ്ങർ, പടിയൂർ, ബ്ലാത്തൂർ, കല്യാട്, പയ്യാവൂർ, കാഞ്ഞിലേരി സമീപഗ്രാമങ്ങളിൽ നിന്നെല്ലാം ഡിസംബർ 29ന് രാത്രിതന്നെ ഒഴുകിയെത്തി. തളിയൻ രാമൻ നമ്പ്യാർ, ഒ പി അനന്തൻ, എം സി കുഞ്ഞിക്കണ്ണൻ, കോയാടൻ, എ കുഞ്ഞിക്കണ്ണൻ, പി കുമാരൻ തുടങ്ങിയവർ നേതൃത്വം ഏറ്റെടുത്തു.

ചുറ്റുപാടും വയൽ, വയലിന്റെ നടുവിൽ അധികം ഉയരത്തിലല്ലാതെ കാവുമ്പായി കുന്ന്... വയലോരങ്ങളിലൂടെ വേട്ടയാടാൻ ഇറങ്ങുന്ന എം എസ് പിക്കാരെ കുന്നിനു മുകളിൽനിന്ന് ആക്രമിക്കുക എന്നതായിരുന്നു സമരരീതി. പാപ്പിനിശ്ശേരി വീട്ടിൽനിന്നും ഭക്ഷണം കഴിച്ച് രാത്രി തന്നെ കുന്നുകയറി. തന്ത്രപരമായ കേന്ദ്രങ്ങളിൽ സെൻട്രികളെ നിരത്തി. ഒറ്റുകാരിൽനിന്ന് സമരയോദ്ധാക്കൾ ഒത്തുചേർന്ന വിവരം അറിഞ്ഞ ജന്മികൾ എം എസ് പിക്കാരെ സന്നാഹത്തോടെ സുബേദാർ രാമകൃഷ്ണന്റെ നേതൃത്വത്തിൽ പുലർച്ചെ കാവുമ്പായി കുന്നിലേക്ക് അയച്ചു... ആദ്യ വെടി സമരക്കാരിൽനിന്നായിരുന്നു.... എന്നാൽ നാടൻ തോക്കുകൾക്ക് മിഷ്യൻ ഗണ്ണുകൾക്ക് മുന്നിൽ പിടിച്ചു നിൽക്കാനായില്ല. ചരിത്രത്തിന്റെ ഹൃദയം പൊട്ടിയ രക്തച്ചാലുകൾ കാവുമ്പായിയുടെ നെറുകയിൽ പൊട്ടിയൊലിച്ചു.... സഖാവ് എ കെ ജി ഈ സംഭവത്തെ ഹൃദയഭാഷയിൽ ഇങ്ങനെ വരച്ച് വെക്കുന്നു:

> നായനാരുടെ ഒറ്റുകാർ മുഖേന വിവരം ലഭിച്ച പൊലീസുകാർ കുന്നുവളഞ്ഞ് രാത്രിയിലെ കൂടിയാലോചനക്കുശേഷം കിടന്നുറങ്ങുന്ന സഖാക്കൾക്കുനേരെ വെടിയുണ്ട ഉതിർത്തു. ചെറുത്തുനിൽക്കാൻ നാടൻ ആയുധങ്ങളുമായി പരിശ്രമം നടന്നു. ചീറിപ്പായുന്ന വെടിയുണ്ടയ്ക്ക് മുന്നിൽ നാടൻ ആയുധങ്ങൾ എന്തു ചെയ്യാനാണ്? "വെക്കടാ വെടി ഞങ്ങൾ കീഴടങ്ങില്ല" എന്നട്ടഹസിച്ചുകൊണ്ട് മുന്നോട്ടുവന്ന സഖാവ് പി കുമാരനാണ് ആദ്യം വീണത്. മഞ്ചേരി ഗോവിന്ദൻ നമ്പ്യാർ, ബ്ലാത്തൂരിലെ കൃഷ്ണൻ, പയ്യാവൂരിലെ പുളിക്കൽ കുഞ്ഞിരാമൻ, ഏരുവേശ്ശി കുഞ്ഞപ്പ നമ്പ്യാർ ഇവരൊക്കെ മരിച്ചുവീണു. കുറെയധികം സഖാക്കൾ രക്ഷപ്പെട്ടുവെങ്കിലും നൂറിലധികം സഖാക്കൾ അറസ്റ്റിലായി (*എന്റെ ജീവിതകഥ* എ കെ ജി പേജ്: 290 അധ്യായം 26).

7

ചോരപുരണ്ട മണ്ണുകളിൽനിന്ന്

കാവുമ്പായി കുരുതിക്കുശേഷം എം എസ് പിയുടെ നരനായാട്ടായിരുന്നു നാട്ടിലാകെ... അഞ്ച് പ്രിയ സഖാക്കൾ വെടിയേറ്റ് വീണു. നിരവധിപേർ പരിക്കുകളുമായി ഒളിവിൽ... കർഷക സംഘം ചിതറിയ പക്ഷിക്കൂട്ടംപോലെ, നാട്ടിലെമ്പാടും ചിതറി. ഭയവിഹ്വലരായ പ്രവർത്തകർക്ക് സ്വന്തം കുടുംബങ്ങളിൽനിന്നും ഏറെ വേദനകൾ ഏറ്റുവാങ്ങേണ്ടിവന്നു. ഇവരെ ഏകോപിപ്പിക്കുക എന്ന ശ്രമകരമായ ദൗത്യമാണ് കോയാടനും എ കുഞ്ഞിക്കണ്ണനും ഏറ്റെടുത്തത്. വേട്ടയാടപ്പെടുന്ന സഖാക്കളെ ഒളിവിൽ സംരക്ഷിക്കണം. രക്തസാക്ഷി കുടുംബങ്ങളിൽ പട്ടിണിയും പരിവട്ടവുമായി കഴിയുമ്പോൾ ആ വീട്ടിലെ നായകരാണ് ആത്മാർപ്പണം ചെയ്ത് സമൂഹത്തിന് ബലി നൽകിയത്. ആ കുടുംബങ്ങളെ സംരക്ഷിക്കണം. ചെറുത്തുനിൽപ്പ് സമരത്തിലും വലിയ സമരമായി മാറുകയായിരുന്നു ഈ ദൗത്യം. ഈ വേളയിൽ സഖാവ് കോയാടൻ പാർട്ടി നിർദേശപ്രകാരം അണ്ടർഗ്രൗണ്ടിൽ പ്രവർത്തിച്ചു. തൊഴിലാളി വർഗത്തിന്റെ ദത്തുപുത്രനായ സ. ഇ എം എസിന്റെ തലയ്ക്ക് 500 രൂപയാണ് ഭരണകൂടം വിലയിട്ടിരുന്നത്. ഇന്ത്യയിലെമ്പാടും അറിയപ്പെടുന്ന സഖാവ് ഇ എം എസിനെ അത്രമേൽ അപകടകാരിയായി പരിഗണിച്ചുകൊണ്ടാണ് അക്കാലത്ത് ഏറെ മൂല്യമുള്ള 500 രൂപ വിലയിട്ടത്. ''ഈ തലച്ചോറ് 20 കൊല്ലം പ്രവർത്തിച്ചാൽ അത് ഈ ലോകത്തിന് ആകെ അപകടമാണ്'' എന്ന് അന്തോണിയോ ഗ്രാംഷിയെ ജയിലിലടയ്ക്കുന്ന വേളയിൽ ഫാസിസ്റ്റ് ഭരണകൂടം പറഞ്ഞതുപോലെ കേരളത്തിലെ ഇടതുപക്ഷ പ്രത്യയശാസ്ത്രത്തിന്റെ തലച്ചോറായ സ. ഇ എം എസിനോളം പരിഗണിക്കപ്പെട്ടിരുന്ന പോരാളിയായിരുന്നു സ. കോയാടൻ എന്നതിന്റെ സാക്ഷ്യമാണ് കോയാടന്റെ തലയ്ക്കും എം എസ് പിക്കാർ 500 രൂപ തന്നെ ഇനാം പ്രഖ്യാപിച്ചത്. 'മലങ്കടുവ'യെപ്പോലെ മലയോരത്തി

ലൂടെ അമറി നടക്കുന്ന ഒരു ഭീകരരൂപിയായിരുന്നു കോയാടൻ എന്നതായിരുന്നു ഭരണകൂടത്തിന്റെ ഭാഷ്യം. ഇരിക്കൂർ ഫർക്കയുടെ മലയും മലയടിവാരങ്ങളും കാടും ഊടുവഴിയും ഹൃദിസ്ഥമായ കോയാടൻ ജലത്തിലെ മത്സ്യത്തെപ്പോലെ ജനങ്ങളുടെ ഇടയിലൂടെ 'ഇനാം'കളെ ഭേദിച്ച് സഞ്ചരിച്ചു. ഒറ്റുകാരുടെ പ്രവർത്തനം സജീവമായതു കോയാടനു നാട്ടിൽ പിടിച്ചുനിൽക്കാൻ സാധിക്കാത്ത അവസ്ഥവന്നു. അങ്ങനെയാണ് കോയാടൻ ഇരിട്ടി പുഴ കടന്ന് തില്ലങ്കേരിയിലേക്ക് കടന്നുപോയത്. തില്ലങ്കേരി ഉജ്വലമായ രാഷ്ട്രീയ പ്രബുദ്ധതയുടെ മണ്ണായി മാറിയിരുന്നു.

വെളിയമ്പ്ര, പായം, തില്ലങ്കേരി എന്നിവിടങ്ങളിൽ മുരിക്കുവെട്ടുകാരനുൾപ്പെടെയുള്ള ജോലികളിൽ ഏർപ്പെട്ടു. സ്കൂളിൽ അധ്യാപകനായി പ്രവർത്തിക്കുന്നതോടൊപ്പം രഹസ്യമായി രാഷ്ട്രീയ പ്രവർത്തനവും നടത്തി. ഒറ്റുകാരുടെ കണ്ണിൽപ്പെടാതെ പുരളിമലയുടെ താഴ്വാരത്തിലെ ഒരു രഹസ്യസങ്കേതത്തിലാണ് കോയാടൻ താമസിച്ചത്. മരിച്ചുപോയ പ്രിയസഖാക്കളുടെ ഓർമകളും നാട്ടിലെ വേട്ടയാടലുകളും ഭാര്യയുടെ കുടുംബത്തിന്റെ പട്ടിണിയും ഉന്നത കമ്യൂണിസ്റ്റ് മൂല്യമുള്ള ഈ കുറിയ മനുഷ്യനെ തന്റെ ലക്ഷ്യങ്ങളിൽനിന്നും അകറ്റിയില്ല... ഈ സ്ഥൈര്യം തിരിച്ചറിഞ്ഞ നേതാക്കൾ സ. എൻ ഇ ബാലറാമും സി അനന്തനും കോയാടനെ സന്ദർശിക്കുന്നു. ''തില്ലങ്കേരിയിലെ ജന്മിയായ ശങ്കരൻകണ്ടി കുറുപ്പ് നെല്ല് പൂഴ്ത്തിവെപ്പ് നടത്തുന്നു. ജനങ്ങൾ നരകത്തിലാണ്. പൂഴ്ത്തിവെച്ച നെല്ലെടുത്ത് നമുക്ക് നാട്ടുകാർക്ക് കൊടുക്കണം. ആ സമരത്തിന് കോയാടന്റെ നേതൃത്വം ആവശ്യമാണ്."

നമ്മുടെ നാടാകെ മോചിതമാവാതെ ഒരു പോരാളിക്ക് സ്വസ്ഥമായിരിക്കാൻ കഴിയില്ലെന്ന പ്രത്യയശാസ്ത്ര കാഴ്ചപ്പാട് ചെഗുവേരയുടെ ബൊളീവിയൻ യാത്ര നടക്കുന്നതിന് മുമ്പേ ഒറ്റമുണ്ടുടുത്തു അർധനഗ്നനായ സഖാവ് കോയാടൻ തില്ലങ്കേരിയിൽ ഒളിവിൽ കഴിയുമ്പോഴും അവിടുത്തെ പ്രശ്നങ്ങൾ ഏറ്റെടുത്തു നടത്തിയിരുന്നുവെന്നത് അത്ഭുതാദരങ്ങളോടുകൂടി മാത്രമേ ചരിത്രകുതുകികൾക്ക് നോക്കിക്കാണാൻ കഴിയൂ.

1948 ഏപ്രിൽ 15 വിഷുദിവസം തില്ലങ്കേരി ജന്മിയുടെ പത്തായം തുറക്കാൻ നാന്നൂറോളം വരുന്ന കൃഷിക്കാർ ജാഥയായി നീങ്ങി. മോചനത്തിന്റെ ചുവന്ന കൊടിയും പിടിച്ച് മുന്നിലതാ കോയാടൻ. മുദ്രാവാക്യങ്ങളുടെ സിംഹനാദങ്ങൾ പുരളിമലയെ കിടിലംകൊള്ളിച്ചു. വയൽവരമ്പിലൂടെയുള്ള ഒറ്റവരി ജാഥയെ കൈതക്കാട്ടിൽ ഒളിച്ചിരുന്ന എം എസ് പിക്കാർ വെടിയുതിർത്തു. ആദ്യവെടി സി അനന്തന്റെ നെഞ്ചു തകർത്തു. തുടർന്ന് അഞ്ചുപേരും രക്തസാക്ഷികളായി. തുരുതുരെ വെടിയിൽ നിന്ന് തലനാരിഴക്കാണ് കോയാടന്റെ ജീവൻ രക്ഷപ്പെട്ടത്. കാവുമ്പായിയിലെക്കാളും വലിയ മർദനമാണ് പിന്നീട് തില്ലങ്കേരിയിൽ നടന്നത്.

ഇതിനുശേഷം കോയാടൻ തന്റെ പ്രയാണം തുടർന്നു. പായത്ത് എത്തിച്ചേർന്നു. കല്ലോറത്ത് മാധവന്റെ കൂടെ രാഷ്ട്രീയ പ്രവർത്തനത്തിൽ

സക്രിയമായി. പായത്തെ കർഷകരെ സംഘടിപ്പിക്കുന്നതിൽ അവരുടെ രാഷ്ട്രീയ ലക്ഷ്യം കൈവരിക്കുന്നതിൽ പ്രത്യയശാസ്ത്രപഠനത്തിന് നേതൃത്വം നൽകുന്നതിന് 1 വർഷക്കാലം കോയാടന്റെ ഉജ്വലനേതൃത്വത്തിന് കഴിഞ്ഞു. എന്നാൽ തില്ലങ്കേരി സമരസംഭവം അന്വേഷിച്ച എം എസ് പിക്കാർ പായത്ത് എത്തുകയും കോയാടനെ അന്വേഷിക്കുകയും ചെയ്തു.

എന്നാൽ കോയാടനും വളണ്ടിയർമാരും പായം കുന്നിൽ ഒളിവിൽ കഴിയുകയാണ്. എം എസ് പിക്കാർ യന്ത്രത്തോക്കുമായി കുന്ന് വളയുകയും ഇത്തവണ മലങ്കടുവയെ പിടികൂടുമെന്ന് ദൃഢനിശ്ചയം ചെയ്യുകയും യന്ത്രത്തോക്കുകൾ തീ തുപ്പുകയും ചെയ്തു. കോയാടൻ മറഞ്ഞിരുന്ന ഒരു മരത്തിന് നിരവധി വെടിയുണ്ടകൾ തുളച്ചുകയറി. വയലാറിലെ വെടിവെപ്പിൽ പോരാളികളെപ്പോലെതന്നെ ശരീരത്തിൽ വെടിയുണ്ടകൾ ഏറ്റുവാങ്ങിയ തെങ്ങിനെപ്പോലെ കോയാടന് രക്ഷയായി പായത്തെ മരമാണ് വെടിയുണ്ടകൾ ഏറ്റുവാങ്ങിയത്.

കോയാടൻ എന്ന പോരാളി പീഡനങ്ങൾ ഏറ്റുവാങ്ങുമ്പോൾ ഭാര്യയും മകനും അടങ്ങുന്ന കുടുംബം വഴികണ്ണുകളുമായി ഊരത്തൂരിലെ വായോറ വീട്ടിൽ ആയിരുന്നു. ലോകത്തിലെ മാറ്റത്തേക്ക് നയിച്ച എല്ലാ പോരാളികളുടെയും അമ്മയും ഭാര്യയും കുടുംബവും എല്ലാം അനുഭവിക്കുന്ന കദനങ്ങളുടെ കയ്പ്പുനീർ ഏതു ഭാഷയ്ക്കാണ് ചിത്രീകരിക്കാനാവുക? ദസ്തയേവ്സ്കിയുടെ പാവേലിന്റെ അമ്മയുടെ വേദനയും കഴുമരത്തിലേറാൻ ദിനമെണ്ണി കഴിഞ്ഞ ഭഗത്സിങ്ങിന്റെ മാതാവ് വിദ്യാപതിയും, വിവാഹദിനംതന്നെ ഒറ്റപ്പെട്ടുപോയ എ വി കുഞ്ഞമ്പുവിന്റെ ഭാര്യ കെ ദേവയാനിയും ഓത്തുപഠിച്ച പാരമ്പര്യത്തിൽനിന്നും അന്തർജനമായി കഴിഞ്ഞിരുന്ന ആര്യഅന്തർജനത്തിന്റെയും ജീവിതകഥ വിവരിക്കുവാൻ ഏതുഭാഷയ്ക്കാണ് സാധിക്കുക? ഇതുപോലെ യാതനകളും വേദനകളും കടിച്ചമർത്തിയ എത്രയോ പോരാളികളുടെ കുടുംബങ്ങളുടെ 'സങ്കടങ്ങൾ' നമ്മുടെ ചരിത്രത്തെയാകെ ഉപ്പുരസമുള്ളവയാക്കി മാറ്റുന്നു. സ. കോയാടന്റെ ഭാര്യ നാരായണി എല്ലാ ജീവിതമുഖങ്ങളെയും അഭിമുഖീകരിക്കേണ്ടിവന്ന കോയാടന്റെ പ്രാണ പ്രേയസിയായിരുന്നു. കാവുമ്പായി സമരത്തിനുശേഷം ഒളിവിലായ കോയാടനെ അന്വേഷിച്ച മുറി ട്രൗസറിട്ട മുട്ടാളരായ എം എസ് പിക്കാരുടെ അസഭ്യം നിറഞ്ഞ തെറിവാക്കുകൾ ഭർത്സനങ്ങൾ അവർ ഏറെ ഏറ്റുവാങ്ങി.

നിർധനമായ തന്റെ തറവാട്ടിൽ സഹോദരികളായ പാറുവിന്റെയും മാധവിയുടെയും കൂടെയായിരുന്നു അവരുടെ ജീവിതം. കോയാടന്റെ ഭാര്യയായതിന്റെ പേരിൽ തന്റെ സഹോദരിമാർക്കുപോലും എം എസ് പിയുടെയും കാര്യസ്ഥന്മാരുടെയും അസഭ്യവർഷങ്ങളും പീഡനങ്ങളും ഏറ്റുവാങ്ങേണ്ടിവന്നിട്ടുണ്ടെന്ന് തന്റെ 90-ാം വയസിലും ആ അമ്മ ഓർക്കുന്നു. ഇന്ന് ആ കറുത്ത കാലത്തിന്റെ ഓർമകൾ ഒരു നടുക്കത്തോടെ മാത്രമേ അവർക്ക് അവതരിപ്പിക്കാനാവുന്നുള്ളൂ.

കാവുമ്പായി സമരത്തിനുശേഷം ഒരു ദിവസംപോലും കോയാടൻ

വീട്ടിൽ എത്തിയിരുന്നില്ല. എവിടെയാണെന്ന് ഒരറിവും ഇല്ല. എങ്ങനെ കുടുംബം കഴിയും എന്നതിനെക്കുറിച്ച് ഒരു ചിത്രവും ഇല്ല. പീഡനങ്ങൾ തുടർക്കഥ മാത്രം... അങ്ങനെയിരിക്കുമ്പോഴാണ് "എവിടെടീ കോയാടൻ" എന്ന ചോദ്യം ചെയ്യലിൽ ഒരു ഉത്തരം കിട്ടാതിരിക്കലിലാണ് ഒരു ദിവസം അടങ്ങാത്ത കലിയുമായി ജന്മിയുടെ ഗുണ്ടകളും പൊലീസും ചേർന്ന് ഊരത്തൂരിലെ വീടിന് തീവെക്കുന്നത്. കൊച്ചുകുഞ്ഞായ കുഞ്ഞിരാമനെയും ഒക്കത്തിരുത്തി സഹോദരിമാരോട് ഒപ്പം കയറിക്കിടക്കാൻ കഴിയുന്ന തന്റെ വീട് തീഗോളമായി മാറുന്നത് നെഞ്ചത്തടിച്ച നിലവിളികളോടെ മാത്രമേ ആ പോരാളിയുടെ പത്നിക്ക് കണ്ടുനിൽക്കാൻ സാധിച്ചിരുന്നുള്ളൂ. *ഗാഥാ സപ്തശതി*യിലൂടെ വള്ളത്തോൾ കണ്ടെത്തിയ 'ഗ്രാമസൗഭാഗ്യം' എന്ന കവിതയിലെ കഥാപാത്രത്തെപ്പോലെ നനഞ്ഞൊലിക്കുന്ന തന്റെ കൂരയിൽ എങ്ങോ പോയ തന്റെ ഭർത്താവിനെയും കാത്ത് ഒരമ്മ തന്റെ മകനെ മാറോട് ചേർത്ത് പിടിച്ചിരിക്കുന്നു. ആ മഴയെ മുഴുവൻ ആ അമ്മ ഏറ്റുവാങ്ങുന്നു. എന്നാൽ തന്റെ മകനെ ഒരു തുള്ളി വെള്ളംപോലും ഏൽക്കാതെ ആ അമ്മ സംരക്ഷിക്കുന്നു. എന്നാലും ആ കുഞ്ഞ് നനയുന്നു. ഭർത്താവിനെ കാണാതെ വേപഥുവിൽ ആ അമ്മയുടെ കണ്ണിൽനിന്നും അടർന്നു വീഴുന്ന തീത്തുള്ളികൾ ആ കുഞ്ഞിനെ ചുട്ടുപൊള്ളിക്കുന്നു എന്ന് കവി വരച്ചുവെക്കുന്നതുപോലെയുള്ള ഒരു ദൃശ്യമാണ് കത്തിയമർന്ന വീടിനുമുന്നിൽ, ചക്കച്ചുളകൾപോലും കത്തിയമർന്ന പ്ലാവിനു മുന്നിൽ തന്റെ മകനെ മാറോടമർത്തി ഒരമ്മ നിൽക്കുന്ന ചിത്രം കാലത്തെയും ചരിത്രത്തെയും വെല്ലുന്ന പോരാളിയുടെ ജീവിതാനുഭവങ്ങളുടെ കടും നിറമണിഞ്ഞ ചിത്രമാണ്. കത്തിയമർന്ന വീട്ടിൽ തന്റെ മക്കൾക്ക് നൽകാൻ ഉരിയരിപോലും ബാക്കിയില്ലെന്ന സത്യം എങ്ങനെയാണ് ഒരമ്മ തിരിച്ചറിഞ്ഞിട്ടുണ്ടാവുക? നെല്ലും ഉപ്പുചിരട്ടപോലും കത്തിയമർന്ന വീട്ടിൽ എരിഞ്ഞമരാൻ നോക്കുന്ന കട്ടിള വെള്ളമൊഴിച്ച് തീകെടുത്താൻ അവർ പാടുപെട്ടു. പാത്രങ്ങളും വസ്ത്രങ്ങളും ഒന്നുമില്ലാത്ത ആ കുടുംബം ഇരുട്ടിലേക്ക് ഇറങ്ങിയപ്പോൾ നാടിന്റെ പരിവർത്തനമല്ലാതെ മറ്റൊരു തെറ്റും ചെയ്യാത്ത കോയാടന്റെ കുടുംബത്തെ സംരക്ഷിക്കാൻ ആർക്കും ധൈര്യമുണ്ടായിരുന്നില്ല. എന്നാൽ കാതേന്നൻ കുട്ട്യപ്പയോട് സഹായം അഭ്യർഥിക്കാൻ സി എച്ച് ഗോവിന്ദൻ നമ്പ്യാരെപ്പോലെയുള്ള കോൺഗ്രസുകാർ നാരായണിയെ ഉപദേശിച്ചു. ജീവിതം വഴിമുട്ടി നിൽക്കുന്ന വേളയിലും ആത്മാഭിമാനമുള്ള ആ സ്ത്രീ അതിന് തയാറായില്ല. സി എച്ചിന്റെ വാക്കുകളെ ആത്മാഭിമാനത്തോടെ തള്ളിക്കളയുകയായിരുന്നു നാരായണി. നാരായണിയുടെ അമ്മാവൻ കുഞ്ഞപ്പ ഊരത്തൂരിലെ കോൺഗ്രസ് പ്രവർത്തകനായ വി വി മാസ്റ്ററോട് സഹായം ചോദിക്കുകയും വി വി മാഷും കുഞ്ഞപ്പയും ഉൾപ്പെടെ പൊലീസ് സ്റ്റേഷനിൽ ചെന്ന് വീട് പുതുക്കിപ്പണിയാൻ സമ്മതം തേടുകയും ചെയ്തു. എന്നാൽ എങ്ങനെ വീട് നിർമിക്കും? ജന്മിയുടെ അപ്രീതി ഭയന്ന് ആരും സഹായിക്കാനില്ല. അവസാനം കുളിഞ്ഞയിൽ

പ്പോയി ഓല കൊണ്ടുവന്ന് പുരമേഞ്ഞാണ് അവർ വീണ്ടും താമസമായത്. ഈ കാലയളവിലെല്ലാം ഒരു കുറ്റപ്പെടുത്തലും ഇല്ലാതെ വേദനകൾ പങ്കുവെക്കാൻ രണ്ട് സഹോദരിമാർ ഉണ്ടായിരുന്നുവെന്ന് നിറകണ്ണുകളോടെ കോയാടന്റെ ഭാര്യ നാരായണി ഇന്നും ഓർക്കുന്നു. വീടു കത്തിച്ച സമയങ്ങളിലും മറ്റ് പീഡനങ്ങളുടെ സമയത്തും എല്ലാം ദിവസങ്ങളോളം മലപ്പട്ടം വായനശാലയിൽ ഉൾപ്പെടെ ഭർത്താവിന്റെ ബന്ധുക്കളും കുടുംബാംഗങ്ങളും ഈ അമ്മയോടൊപ്പം താമസിക്കേണ്ടിവന്നിട്ടുണ്ട്. എ കുഞ്ഞിക്കണ്ണൻ മാഷ് നൽകിയ സ്നേഹവാത്സല്യം അവർ ഇന്നും പവിത്രമായി ഓർമച്ചെപ്പിൽ സൂക്ഷിക്കുന്നു.

പായത്തുനിന്ന് രക്ഷപ്പെട്ട കോയാടൻ ഒരു രാത്രിയിൽ തന്റെ ഭാര്യയെയും കുടുംബത്തെയും കാണാൻ വീട്ടിലെത്തിച്ചേരുന്നു. കോയാടന്റെ സമരജീവിത നാടകത്തിലെ അത്യന്തം വികാരപരമായ ഒരു രംഗമായിരുന്നു അത്. നീണ്ട നാളുകൾ പരസ്പരം കാണാതെ പീഡനങ്ങളിൽനിന്നും കൊടിയ പീഡനങ്ങളിലേക്ക് സഞ്ചരിച്ച ആ ദമ്പതികളുടെ സമാഗമത്തിന് കണ്ണീരുപ്പ് കലരുന്ന ഒരു സമരകാലത്തിന്റെ തുടിപ്പുകൾ ഉണ്ടായിരുന്നു. വീട് കത്തിക്കലും ദുരിത പ്രവാസങ്ങളും പട്ടിണിയും നാട്ടുകാരുടെ അവഗണനയും എല്ലാം വിവരിക്കാതെതന്നെ നാരായണിയുടെ കണ്ണിൽനിന്നും തോരാമഴയായി പുറപ്പെട്ടു. പറയാതെതന്നെ തിക്താനുഭവങ്ങളുടെ ഈ പങ്കുവെക്കലിന് പായത്തുനിന്നും കോയാടനെ അനുഗമിച്ച നാലു സഖാക്കൾ പുറത്ത് കാവൽ നിൽക്കുന്നുണ്ടായിരുന്നു.

8

യാതനാപർവം

കാവുമ്പായി സമരത്തിലെ തന്റെ സഹപോരാളിയായ കാഞ്ഞിലേരിയിലെ അളോറ ചാത്തുവിനെ എം എസ് പിക്കാർ പിടികൂടി സന്ധിബന്ധങ്ങൾ മുറിയുമാറ് തല്ലിയൊടിച്ചത് കോയാടൻ തന്റെ വീട്ടിൽ നിന്നാണ് അറിഞ്ഞത്. ദീർഘകാലത്തെ ഒളിവും യാതനകളും ഏറ്റുവാങ്ങിയതിനുശേഷം ഒരു ദിവസംപോലും സ്വസ്ഥമായി വീട്ടിൽ തങ്ങാതെ തന്റെ സഖാവിന്റെ വേദനയിൽ സുഖവിവരങ്ങൾ അന്വേഷിക്കാൻ മർദനമേറ്റ് മൃതപ്രായനായ ചാത്തുവിനെ ഒന്നു കാണാനും തന്നെ പിടികൂടുമെന്ന കാര്യംപോലും മാറ്റിവച്ച് കോയാടൻ കാഞ്ഞിലേരിയിലേക്ക് കുതിച്ചു. കാഞ്ഞിലേരിയിൽ എത്തുമ്പോഴാണ് ഈ സന്ദർശനത്തിന്റെ ഗൗരവം കോയാടനെ ഉണർത്തിയത്. ചാത്തുവിന്റെ വീടിനുസമീപം കോൺഗ്രസുകാരുടെ ക്യാമ്പാണ്. കോൺഗ്രസ് നേതാവ് ഒ പി കൃഷ്ണൻ നമ്പ്യാരാണ് നേതാവ്. ഒളിവിലായ കർഷക സംഘം പ്രവർത്തകരുടെ വീട്ടിൽനിന്നും കൊള്ളയടിച്ചുകൊണ്ടുവരുന്ന ആടിനെയും കോഴിയേയും എശമാന്റെ നക്കാപ്പിച്ചയായി കിട്ടുന്ന ഭക്ഷ്യസാധനങ്ങളും ഒപ്പം ചാരായവും കുടിച്ച് വിത്തുകാളകളായി ഉഴറി നടക്കുകയായിരുന്നു കോൺഗ്രസുകാർ... ചാത്തുവിനെ കണ്ട് ആശ്വസിപ്പിച്ച് തൊട്ടടുത്ത കൃഷ്ണന്റെ വീട്ടിൽ കയറി ഇരിക്കുമ്പോഴേക്കും കോൺഗ്രസുകാർ വീട് വളഞ്ഞിരുന്നു. ഹിംസ്ര മൃഗത്തെ വളഞ്ഞുവെക്കുന്നതുപോലെ ആയുധങ്ങളുമായി തടിച്ചുകൂടിയ കോൺഗ്രസുകാരുടെ മുന്നിൽ കോയാടൻ തന്റെ മരണത്തെ ദർശിച്ചു. സഹപോരാളിയെ കാണാനും തന്റെ സ്വന്തം കുടുംബത്തെ സന്ദർശിക്കാനും കഴിഞ്ഞതിലുള്ള ആത്മസംതൃപ്തിയിൽനിന്നും ഇനി മരണമായാലും നേരിടാമെന്ന ചങ്കുറപ്പോടെ ആ ആർജവസൂര്യൻ തല ഉയർത്തിത്തന്നെ നിന്നു.

‘‘കോയാടനെ കൃഷ്ണൻ നമ്പ്യാര് വിളിക്കുന്നു. ഒരു കോൺഗ്രസു

കാരൻ വിളിച്ചുപറഞ്ഞു.'' "എന്നെ വിളിക്കാൻ ഒ പി കൃഷ്ണൻ ആര്? എന്നെ കാണണമെങ്കിൽ ഇങ്ങോട്ടുവാ?" തന്റേടത്തോടുകൂടി കോയാടൻ മറുപടി പറഞ്ഞുവെങ്കിലും തന്മൂലം ആ വീട്ടുകാർക്ക് ഉപദ്രവം ഉണ്ടാവേണ്ടെന്ന് കരുതി കോയാടൻ സഗൗരവം വയലിലേക്ക് ഇറങ്ങിനിന്നു. കോൺഗ്രസുകാർ വളഞ്ഞുനിൽക്കുന്നതല്ലാതെ ഈ കുറിയ മനുഷ്യനെ നേരിടാൻ ആരും അടുത്ത് വരുന്നില്ല. ''ധൈര്യമുണ്ടെങ്കിൽ അടുത്തുവാടാ'' എന്ന് കോയാടൻ അലറിയാൽ ഗുണ്ടാ സംഘം രണ്ടടി പിറകോട്ട് വെയ്ക്കും... ഇങ്ങനെ ഏതാനും സമയം കഴിഞ്ഞപ്പോൾ ഈ വിവരം അറിഞ്ഞ എം എസ് പിക്കാർ വലിയൊരു കിതപ്പോടെ സ്ഥലത്തേക്ക് കുതിച്ചെത്തി ചോദിച്ചു: ''എവിടെ കോയാടൻ?" 'കോയാടൻ' എന്നാൽ ഭീമാകാരനായ മനുഷ്യനാണ് എന്നായിരുന്നു എം എസ് പിയുടെ ഓഫീസർ കരുതിയത്. അത്തരം കേട്ടുകേൾവികളാണ് അക്കാലത്ത് കോയാടനെ കുറിച്ച് പ്രചരിച്ചത്. അൽപ്പം ഭയത്തോടെ ആപ്പീസർ ചോദിച്ചു: "നിന്റെ കൈയിലെന്താ?" ''അഞ്ചുവിരൽ." തുടർന്ന് കോൺഗ്രസുകാർ ആർത്തുവിളിച്ചു. ''കടുവയെ കിട്ടി, കടുവയെ കിട്ടി, മലങ്കടുവയെ കിട്ടി" ബഹളവും ആർപ്പുവിളികളും കേട്ട് ജനങ്ങൾ കത്തിയും വടികളുമായി ഓടിയെത്തി കാട്ടിൽനിന്ന് നരി ഇറങ്ങിവന്നാൽ ആട്ടിൻകുട്ടികളെ കൊന്ന് തൂക്കിയെടുത്ത് കൊണ്ടുപോകുക പതിവായിരുന്നു. ഇതാണ് എന്നു കരുതിയാണ് നാട്ടുകാർ ആയുധങ്ങളുമായി ഓടിക്കൂടിയത്. എന്നാൽ അവർ കണ്ട രംഗം അവരുടെ കരളലിയിപ്പിച്ചു.

തങ്ങളുടെ നാടിന്റെ യാതനകൾ അവസാനിപ്പിക്കാൻ പൊരുതിയ സഖാവിനെ കിളച്ചമണ്ണിലിട്ട് മുട്ടൻ വടികൾകൊണ്ടും തൂമ്പകൊണ്ടും തല്ലി തകർത്ത ചിത്രമാണ് അവർ കണ്ടത്. കയ്യും കാലും പിടിച്ച് വയലിലൂടെ വലിച്ചിഴക്കുമ്പോൾ കോയാടന്റെ വായിൽനിന്ന് രക്തവും കഫവും പുതുമണ്ണിനെ നനച്ചുകൊണ്ട് ഒഴുകി. സ്ത്രീകളും കുട്ടികളും ഈ രംഗം കണ്ട് നിലവിളിച്ചു. കാഞ്ഞിലേരി വയലിലെ വണ്ണത്താംകരി എന്ന സ്ഥലം പീലാത്തോസിന്റെ പീഡനങ്ങൾ ഏറ്റുവാങ്ങിയ ക്രിസ്തുവിന്റെ 'ഗാകുൽത്താമല'പോലെ അനുഭവപ്പെട്ടു. കോൺഗ്രസുകാരനെങ്കിലും കോൺഗ്രസുകാരൻ കൃഷ്ണൻ നമ്പ്യാർ അൽപ്പം പേവഥുവോടെ ചോദിച്ചു: ''നിനക്ക് വല്ലതും പറയാനുണ്ടോ... കോയാടാ?" കട്ട രക്തം ചുമച്ചുതള്ളി കോയാടൻ പറഞ്ഞു. ''നിങ്ങൾ എന്നെ കൊല്ലുകയേ ചെയ്യൂ... പക്ഷേ, അനക്ക് പേടിയില്ല... ഞാനും എന്റെ സഖാക്കളും ഇതെല്ലാം സഹിക്കുന്നത് നാടിനും നാട്ടാർക്കും വേണ്ടിയാണ്. അവരത് മനസിലാക്കും." മർദനമേറ്റ് ഓലക്കുടപോലെ ഒടിഞ്ഞ കോയാടനെ എള്ളരിഞ്ഞി നായനാരുടെ കാലിത്തൊഴുത്തിൽ കൊണ്ടുതള്ളി. കുറച്ച് ദിവസത്തിനുശേഷം ഇരിക്കൂർ പൊലീസ് സ്റ്റേഷനിലേക്ക് കോയാടനെ കൊണ്ടുവന്നപ്പോൾ കണ്ടരംഗം വേദനാജനകമായിരുന്നു. മർദനമേറ്റ ഇടങ്ങളിലെല്ലാം പഴുത്ത വ്രണങ്ങൾ. വ്രണങ്ങളിൽനിന്ന് ചലവും ചോരയും ഒലിച്ചിറങ്ങുന്നു. തലവടിച്ച് അരിവാൾ ചുറ്റിക വരച്ചിരിക്കുന്നു. വെളുത്ത ശരീരമുള്ള കോയാ

ടനെ കണ്ടാൽ ആകെ പഴുത്ത ഒരു വ്രണം മാത്രമായി തോന്നുമായിരുന്നു. 10 ദിവസത്തിനുശേഷം തളിപ്പറമ്പ് കോടതിയിൽ ഹാജരാക്കിയ കോയാടനെ റിമാൻഡ് ചെയ്തു. അവിടെനിന്ന് ഒരാഴ്ചക്കുശേഷം കണ്ണൂർ സെൻട്രൽ ജയിലിൽ കൊണ്ടുപോയി. ഏതാണ്ട് ഒരു മാസക്കാലം കുളിച്ച് വസ്ത്രം മാറാത്ത കോയാടന്റെ ശരീരത്തിൽ കോറത്തുണിയുടെ ഷർട്ടും മുണ്ടും വ്രണങ്ങളിൽ ഒട്ടിപിടിച്ചതുകാരണം ഊരിയെടുക്കാൻ പറ്റാത്ത അവസ്ഥയിലായിരുന്നു. ഈച്ചകൾ പഴുത്ത ചക്കയെപ്പോലെ പൊതിയുന്നുണ്ടായിരുന്നു. കുളിക്കാൻ വെള്ളം ചോദിച്ച കോയാടന് ഏഴ് കപ്പ് വെള്ളമായിരുന്നു വാർഡൻ ദാമോദരൻ നൽകിയത്. എന്നാൽ ഏഴ് കപ്പ് വെള്ളംകൊണ്ട് എന്റെ പൊറ്റപോലും പൊളിയില്ലെന്ന് ആക്രോശിച്ച കോയാടൻ വാർഡന്റെ ഉത്തരവ് ലംഘിച്ച് ധാരാളം വെള്ളം കോരി ഒഴിക്കുകയായിരുന്നു. ശരീരത്തിൽ വെള്ളംവീണപ്പോൾ ആകെ വഴുവഴുപ്പായിരുന്നു. ഈ സമയത്ത് വാർഡൻ കപ്പ് പിടിച്ചുവാങ്ങുകയും അവിടെ ഒരു പിടിവലി നടക്കുകയും ചെയ്തു. ഒടുവിൽ വാർഡൻ ദാമോദരനോടൊപ്പം കോയാടൻ വാട്ടർ ടാങ്കിൽ മറിഞ്ഞു വീണു. അങ്ങനെ കോയാടൻ ഒരു മാസത്തിനുശേഷം വിസ്തരിച്ചൊന്ന് കുളിച്ചു. കണ്ണൂർ ജയിലിലെ വിചാരണയ്ക്കുശേഷം രണ്ടര വർഷത്തേക്ക് കോയാടനെ ശിക്ഷിച്ചു. മലബാറിലെ തടവുകാരെയെല്ലാം സേലം ജയിലിലേക്ക് മാറ്റി പാർപ്പിക്കുകയുണ്ടായി. അങ്ങനെയാണ് ഒളിവുജീവിതത്തിന്റെ എരിതീയിൽ നിന്നും സേലം ജയിൽ എന്ന വറചട്ടിയിലേക്ക് കോയാടൻ എടുത്തെറിയപ്പെട്ടത്.

9

തുറന്ന കണ്ണ്

സേലം നൽകിയ മുറിവുകളുമായി 1952 ഏപ്രിൽ അഞ്ചിന് കോയാടൻ ജയിൽ മോചിതനായി. ജയിലിൽനിന്നിറങ്ങി കണ്ണൂരിൽ എത്തിയ കോയാടന്റെ മനസിന്റെ അന്തരംഗത്തിലൂടെ സ്വാതന്ത്ര്യാനന്തര കേരളത്തിന്റെ കരളലിയിപ്പിക്കുന്ന ഓർമകൾ ഇരമ്പിയാർത്തു. ജയിലിനടുത്ത് വെയിറ്റിങ് ഷെഡ്ഡിൽ കോയാടൻ ഇരിക്കുമ്പോൾ ചെറുകുന്ന് അമ്പലത്തിൽ ഉത്സവത്തിന് പോവാൻ ഇറങ്ങിയ ഭാര്യയെയും നാട്ടുകാരെയും കണ്ട് ഹൃദയംപൊട്ടിയ വേദനയിൽ സ്തംഭിച്ചുപോയ ആ നിമിഷം വാർധക്യക്കാലത്ത് കോയാടൻ അയവിറക്കുകയുണ്ടായി. മൃദുലവികാരത്തിന് അടിമപ്പെടാത്ത സ്വഭാവമെങ്കിലും കണ്ണീരിന്റെ കനിവുറവകളുള്ള കമ്യൂണിസ്റ്റായ കോയാടന്റെ കണ്ണിൽ രണ്ട് പളുങ്കുമണികൾ അടർന്നുനിന്നിരുന്നു.

കോയാടന്റെ കുടുംബ ജീവിതം സ്വച്ഛമായ ഒരു നദിയായിരുന്നു. വേദനകളെ പങ്കിട്ടനുഭവിക്കാൻ പരിഭവലേശമില്ലാതെ ഭാര്യ നാരായണി എപ്പോഴും കൂടെയുണ്ടായിരുന്നു. സ്വാതന്ത്ര്യാനന്തരം കോയാടന്റെ പ്രവർത്തനം ശാന്തമായ നിലയിലായിരുന്നു. തീ തെയ്യങ്ങളും കത്തിവേഷങ്ങളും അപ്പോഴേക്കും അരങ്ങ് ഒഴിഞ്ഞിരുന്നുവല്ലോ? വയലാറിലെ വലിയ ചുടുകാട്ടിൽ രക്തപുഷ്പങ്ങൾ അർപ്പിച്ച് അസംഖ്യം രക്തസാക്ഷികളുടെ സ്മരണക്ക് മുന്നിൽ തലകുനിച്ച് 1957 ൽ സ. ഇ എം എസ് സെക്രട്ടറിയേറ്റിന്റെ പടികടന്നുപോയപ്പോൾ ഇങ്ങ് മലബാറിൽ പടിയൂരിനടുത്ത പാലിത്തയിലെ കൊച്ചുവീട്ടിൽനിന്നും സ. കോയാടന്റെ ഹൃദയമൃദംഗം ഉച്ചസ്ഥായിയിലായി.

ഏക്കർകണക്കിന് ഭൂമി ഉണ്ടായിരുന്ന കോയാടന് ശിഷ്ടകാലത്ത് 'പാലിത്ത' എന്ന കാട്ടുപ്രദേശത്ത് അൽപ്പം ഭൂമി മാത്രമാണ് ഉണ്ടായിരുന്നത്.

എങ്കിലും എന്നും ജനങ്ങളുടെ ഇടയിൽ ജീവിച്ച കോയാടന് ആൾതാമസ മില്ലാത്ത പാലിത്ത പ്രദേശം അസഹ്യമായി തോന്നി. അങ്ങനെയാണ് അയൽപക്കത്ത് ഭൂമി നൽകി ഹൃദയശാലിയായ മനുഷ്യൻ നിരവധി അ യൽപക്കക്കാരെ കുടിപാർപ്പിച്ചത്.

പേരട്ട മുതൽ ഇരിക്കൂർവരെ നീണ്ടുകിടക്കുന്ന പടിയൂർ–കല്യാട് പ ഞ്ചായത്തിന്റെ ഭരണസാരഥ്യം എറ്റെടുത്തു. 26 വർഷം പഞ്ചായത്ത് വൈസ് പ്രസിഡന്റായിരുന്നു കോയാടൻ. കർഷക സംഘത്തിന്റെ മല ബാർ കമ്മിറ്റിയംഗവും കമ്യൂണിസ്റ്റുപാർട്ടി ഇരിക്കൂർ മണ്ഡലം കമ്മിറ്റി യംഗവും സി പി ഐ (എം) ഇരിക്കൂർ ലോക്കൽ കമ്മിറ്റിയംഗവുമായും ദീർഘകാലം രാഷ്ട്രീയ–സംഘടനാ രംഗത്ത് കർമനിരതനായിരുന്നു. പ്രാഥമിക വിദ്യാഭ്യാസം മാത്രം നേടിയ കോയാടന് ദീർഘകാലത്തെ ജ യിൽവാസവും ഒളിവുജീവിതവും വേദനകൾ സമ്മാനിച്ചുവെങ്കിലും അ തിലുപരിയായ പ്രത്യയശാസ്ത്ര മണ്ഡലം വികസിപ്പിക്കുവാൻ സഖാവി ന് സാധിച്ചു. ദാർശനികനായിരുന്നില്ലെങ്കിലും രാഷ്ട്രീയ ബോധ്യത്തിന്റെ സമൃദ്ധി സഖാവിന്റെ സംസാരത്തിൽ തുടിച്ചുനിന്നിരുന്നു. ലെനിനെയും മാവോയെയും മാർക്സിയൻ ധാരകളെയും അതീവ ഗ്രാമ്യമായ ഉദാഹ രണങ്ങളോട് കൂടി സൂക്ഷ്മനർമത്തിന്റെ അകമ്പടിയോടുകൂടി അവതരി പ്പിക്കുവാൻ കോയാടന് സാധിച്ചിരുന്നു. *ദേശാഭിമാനി* പത്രവുമായി ഉ ണ്ടായിരുന്ന ഹൃദയബന്ധം അനിർവചനീയമാണ്. തെളിഞ്ഞ പ്രജ്ഞ യും യോഗിസമാനമായ സാത്വികതയും കോയാടന്റെ പ്രത്യേകതയാണ്. ഇത്രമേൽ ശാന്തനായ ഒരു മനുഷ്യനായിരുന്നു ജന്മി കോട്ടകളെ വിറ പ്പിച്ച 'മലങ്കടുവ.'

കൈപൊക്കി വോട്ടുണ്ടായിരുന്ന കാലത്ത് അമ്മുക്കുട്ടിയെ തോൽ പ്പിച്ച് കോയാടൻ ജനപ്രതിനിധിയായി. പടിയൂരിൽ വിദ്യാഭ്യാസ സ്ഥാപ നങ്ങൾ, സർക്കാർ സ്ഥാപനങ്ങൾ എന്നിവ കൊണ്ടുവരാൻ തീവ്രമായി അഭിലഷിക്കുകയും അശ്രാന്തം പരിശ്രമിക്കുകയും ചെയ്ത ജനകീയ നേതാവ് കൂടിയായിരുന്നു കോയാടൻ. തന്റെ പിൻഗാമികളായ പള്ളിയ ത്ത് കുഞ്ഞിക്കണ്ണനെയും ചന്തുക്കുട്ടിയെയും വി സി കുഞ്ഞിനാരായണ നെയും എല്ലാം കണ്ടെത്തുകയും കേഡർമാരെ ശരിയായ നേതൃത്വത്തിൽ വളർത്തിയെടുക്കാനും കോയാടന് സാധിച്ചിട്ടുണ്ട്. പ്രവർത്തകരെയും കേ ഡർമാരെയും കൊണ്ടുവരാൻ തീക്ഷ്ണമായ അനുഭവങ്ങളിലൂടെ കട ന്നുവന്ന കോയാടന് പ്രത്യേക പരിശീലനം ആവശ്യമില്ലല്ലോ?

കോയാടൻ–നാരായണി ദമ്പതികൾക്ക് കുഞ്ഞിരാമൻ, ശാരദ, ഓ മന, ബാലൻ, കുഞ്ഞിക്കണ്ണൻ, മോഹനൻ, രമാവതി, ചന്ദ്രമണി എന്നിവ രാണ് മക്കൾ. പിതാവിന്റെ വാത്സല്യവും തണലും നൽകാൻ ആദ്യകാ ലത്ത് കോയാടന് സാധിച്ചില്ലെങ്കിലും പിൽക്കാലത്ത് ആ പിതൃവാത്സ

ല്യം നുകരാൻ അവർക്ക് സാധിച്ചിട്ടുണ്ടെന്ന് കുടുംബം സാക്ഷ്യപ്പെടുത്തുന്നു. അചഞ്ചലമായ പാർട്ടിക്കൂറ് അവരെല്ലാം ഇന്നും പുലർത്തുന്നു.

വിമോചന സമരാഭാസത്തെയും അർധ ഫാസിസ്റ്റ് വാഴ്ചയായ അടിയന്തരാവസ്ഥയെയും തൊണ്ണൂറുകളുടെ ഉദാരവൽക്കരണ മുതലാളിത്ത കടന്നുകയറ്റവും തന്റെ കുന്നിൻമുകളിലെ വീട്ടിൽ സന്തതസഹചാരിയായ *ശീലകസേര*യിൽ ഇരുന്ന് കർമസാക്ഷിയായ ആ കുറിയ മനുഷ്യൻ തുറന്ന കണ്ണോടെ കണ്ടുനിൽക്കുകയായിരുന്നു.

1999 ഏപ്രിൽ 28ന് വാർധക്യസഹജമായ അസുഖത്തെ തുടർന്ന് കോയാടൻ പടിയിറങ്ങുമ്പോൾ ഒരു കാലത്തിന്റെ ചോര നനഞ്ഞ തിരശ്ശീല കത്തിയമരുകയായിരുന്നു. നെറുകേടുകൾക്കെതിരെ തുറന്നുവച്ച കണ്ണായ കോയാടൻ കരുത്തുറ്റ കനൽ നിലങ്ങളെ താണ്ടാനുള്ള ഒരു ഊർജമാണ്.